HANMAN

(A public executioner)

ഹൻമാൻ

Written by: Rohit Krishnan

**Digitalization & Font Correction:
Jayachandran**

HANMAN

Malayalam – Non Fiction

By

ROHIT KISHNAN

(Anti Bribe & Drug Agency India)

Published by: Notion Press Media Pvt. Ltd.

7, Red Cross Road, Egmore,

Chennai – 600 008

First Published : July 2024

Printed at :

NOTION PRESS

Layout & Cover design

Rohit Krishnan

Type Setting :

Rohit Krishnan

ISBN: 979-88-941-5856-3

<u>രചയിതാവിനെക്കുറിച്ച്</u>

രോഹിത് കൃഷ്ണൻ, 1993 ജൂൺ 19ന് എറണാകുളം ജില്ലയിൽ ജനിച്ചു. കടവന്ത്ര കേന്ദ്രീയ വിദ്യാലയത്തിൽ ഹയർ സെക്കൻഡറി വിദ്യാഭ്യാസം പൂർത്തിയാക്കിയ ഇദ്ദേഹം ഇടക്കൊച്ചി സിയീന കോളേജിൽ നിന്ന് ബിരുദം നേടി.

വിദ്യാഭ്യാസത്തെത്തുടർന്ന് ബാംഗളൂരിലെ ഒരു എം എൻ സിയിൽ ജോലി ചെയ്യാൻ തുടങ്ങി. ഗായത്രിയെ വിവാഹം ചെയ്തശേഷം ഇപ്പോൾ ബാംഗളൂരിൽ സ്ഥിരതാമസമാക്കിയിരിക്കുന്നു.

നിലവിൽ :

ആന്റി ബ്രൈബ് ആൻഡ് ഡ്രഗ്ഗ് ഏജൻസി ഓഫ് ഇന്ത്യ " എന്ന ഗൂഗിൾ ലൊക്കേഷനിലൂടെ ഭാരതത്തെ സേവിക്കുന്നു.

"എല്ലാ ഇന്ത്യൻ പൗരന്മാർക്കും, പ്രത്യേകിച്ച്
സ്വപ്നം കാണാനും ഇന്ത്യയിൽ ജീവിക്കാനും
തടസ്സങ്ങളില്ലാതെ സ്വന്തം നിബന്ധനകളിൽ
ജീവിക്കാനും ധൈര്യപ്പെടുന്നവർക്ക്.

ആ ആളുകൾക്കെല്ലാം പ്രത്യേക നന്ദി "

<u>ആമുഖം</u>

ബെംഗളൂരുവിലെ വെൽസ് ഫാർഗോ എന്ന ഐ ടി കമ്പനിയിൽ ജോലി ചെയ്തുവരുന്ന ചെറുപ്പക്കാരൻ. അവന്റെ വിവാഹ ശേഷം നാട്ടിൽ നിന്നും ഭാര്യ മീനാക്ഷിയുമൊത്ത് ബെംഗളൂരുവിൽ സ്ഥിരതാമസമാക്കുവാൻ വരികയാണ്. കമ്പനിയുടെ സമീപം തന്നെ വീട് വാടകയ്ക്ക് എടുത്ത് സന്തോഷകരമായ ജീവിതം നയിച്ചുവരികയാണ് ഈ നവ ദമ്പതികൾ.

അങ്ങനെയിരിക്കെ ഒരു ദിവസം അവന്റെ സഹപ്രവർത്തകനും സ്നേഹിതനുമായ ബീഹാറുകാരൻ അവന്റെ വീട്ടിലേക്ക് ഈ നവ ദമ്പതികളെ വിരുന്നിനായി ക്ഷണിക്കുകയാണ്.

അവന്റെ ക്ഷണം സ്വീകരിച്ച് അവന്റെ വീട്ടിലേക്ക് ബുള്ളറ്റിൽ യാത്ര ചെയ്യവേ വീടെത്താൻ കഷ്ടിച്ച് ഒരു കിലോമീറ്റർ അകലെ വെച്ച് അവന്റെ സഞ്ചാര സ്വാതന്ത്ര്യം തടസ്സപ്പെടുന്നതിനെച്ചൊല്ലി ഒരു പ്രശ്നം ഉടലെടുക്കുകയും അവൻ അതിനെതിരെ പ്രതികരിക്കുകയും ചെയ്യുന്നു.

പ്രശ്നത്തിൽ ഇടപെട്ടുകൊണ്ട് ഒരു രാഷ്ട്രീയ അനുയായിയും അവിടുത്തെ ഭാവി എം എൽ എ എന്ന് കരുതുന്ന ഒരാളും ചേർന്ന് അവനെ നിഷ്കരുണം തല്ലി ആൾക്കൂട്ട മർദ്ദനത്തിന് ഇരയാക്കുകയാണ്.

അവൻ തന്റെ നിരപരാധിത്വം തുറന്ന് പറഞ്ഞെങ്കിലും നാട്ടുകാരും പോലീസുകാരും ഭാവി എം എൽ എ യുടെ പക്ഷം ചേർന്ന് അവനെതിരെ കുറ്റം ആരോപിച്ചു.

മാനസികവും ശാരീരികവുമായി തളർന്ന അവന്റെ ബുള്ളറ്റും മറ്റു പ്രധാനപ്പെട്ട വസ്തു വഹകൾക്കും കേടുപാടുകൾ സംഭവിക്കുകയും പലതും നഷ്ടപ്പെടുകയും ചെയ്തു.

നിയമ പാലകരായ പോലീസുകാർ ഭാവി എം എൽ എ യുടെ സമ്മർദ്ദത്തിനു വഴങ്ങി യഥാർത്ഥത്തിൽ നടന്ന സംഭവം വഴിതിരിച്ച് വിട്ട്

അവന്റെ മേൽ എഫ് ഐ ആർ ചുമത്തി തടങ്കലിൽ ആക്കുവാനുള്ള ആസൂത്രണം ചെയ്യുന്നു.

അവന്റെ കമ്പനി സി ഇ ഒ യും കൂട്ടുകാരും ചേർന്ന് ഒരു ഇടനിലക്കാരന്റെ ബുദ്ധിസാമർത്ഥ്യത്തിൽ കൈക്കൂലിയായി നല്ലൊരു സംഖ്യ തന്നെ നൽകി അവനെ സ്റ്റേഷനിൽ നിന്നും ഇറക്കി.

അർഹമായ നീതിയും നഷ്ടപ്പെട്ട വസ്തുവഹകൾക്കും പ്രതിവിധി ലഭിക്കാതെ വന്ന അവൻ നഷ്ടപ്പെട്ടതെല്ലാം തിരിച്ചു പിടിക്കുവാൻ ഭരണഘടനാ വ്യവസ്ഥാപരമായി പോരാടുവാൻ തീരുമാനിച്ചു. അതിനവൻ ഗൂഗിളിന്റെ സഹായവും തേടി.

നിയമസഭാ തിരഞ്ഞെടുപ്പ് അടുത്തിരിക്കുന്ന സാഹചര്യത്തിൽ അവന്റെ നിയമ പോരാട്ടം എതിരാളികൾക്ക് സമ്മർദ്ദം സൃഷ്ടിക്കും. ഒടുവിൽ പ്രതിപക്ഷ കക്ഷികളും സ്ഥലം എം എൽ എ യും ഈ വിഷയത്തിൽ ഇടപെടുന്നു.

രാഷ്ട്രീയക്കാരെകൊണ്ട് നിലനിൽപ്പിന് ഭീഷണിയായ ഘട്ടത്തിൽ അവൻ നിരവധി വക്കീലന്മാരുടെ സേവനം ആവശ്യപ്പെടും. പക്ഷെ അവർ ആരുംതന്നെ അവന് ലഭിക്കേണ്ട നീതിയും സുരക്ഷിതത്വവും ഉറപ്പാക്കി കൊടുക്കുന്നില്ല.

അവസാനം ഒരു മലയാളി വക്കീൽ മുഖാന്തിരം കോടതിയിൽ റിട്ട് സമർപ്പിക്കുവാൻ ഒരുങ്ങവേ അവസാന നിമിഷത്തിൽ ആ വക്കീലും പിന്മാറുന്നു.

അവരെല്ലാം പിന്മാറാൻ കാരണം ഈ കേസിൽ പൊളിറ്റിക്കൽ ഫണ്ടിങ് മാഫിയ ജെ ഡി ജെ ഗ്രൂപ്പിന്റെ തലവൻ ഇടപെട്ടിട്ടുള്ള സാഹചര്യത്തിലാണ്.

ഒടുവിൽ അവനെ സഹായിക്കുവാൻ നാട്ടിൽ നിന്നെത്തിയ കന്നഡ ഭാഷ നന്നായി സംസാരിക്കുന്ന അവന്റെ സുഹൃത്തിനെ പിടിച്ചുവെച്ച് ഒരു ഒത്തുതീർപ്പിനു വേണ്ടി ജെ ഡി ജെ ഗ്രൂപ്പ് തലവനും സാഹചര്യം സൃഷ്ടിക്കുകയാണ്.

ഒന്നര വർഷങ്ങൾക്ക് ശേഷം അന്ന് ബലമായി ഒത്തുതീർപ്പിനു ശ്രമിച്ച ജെ ഡി ജെ ഗ്രൂപ്പ് തലവന് വേറൊരു സാഹചര്യം സൃഷ്ടിച്ച് അവൻ അയാളെ തളയ്ക്കുകയാണ്.

***

അദ്ധ്യായം 1

രണ്ടായിരത്തി ഇരുപത്തിയൊന്ന് ആഗസ്ത് മാസം പന്ത്രണ്ടിന് പുലർച്ചെ നാലര മണിക്ക് ബെംഗളൂരുവിലെ പ്രസിദ്ധമായ റസ്സൽ മാർക്കറ്റിലേക്ക് ഹെൽമറ്റ് ധരിച്ച് ബുള്ളറ്റിൽ മത്സ്യ ട്രേയുമായി കടന്നുവരുന്ന യുവാവ് (30 വയസ്സ് പ്രായം) ടി ഷർട്ടും ജീൻസുമാണ് വേഷം. തണുപ്പിനെ പ്രതിരോധിക്കാൻ ജാക്കറ്റും ഗ്ലൗസും അണിഞ്ഞിട്ടുണ്ട്.

റസ്സൽ മാർക്കറ്റിന്റെ സമീപത്തുള്ള ഒരു വണ്ടിക്കടയുടെ അരികിലായി അവന്റെ ബുള്ളറ്റ് വന്നു നിന്നു. കൈയിലെ ഗ്ലൗസൂരി സീറ്റിന്റെ മുകളിൽ വെച്ച് വണ്ടിയിൽ നിന്നുമിറങ്ങി.

ചായക്കടക്കാരൻ അവനെ കണ്ടപാടെ നാലു സിഗരെറ്റെടുത്ത് ഒരു കാലി പാക്കറ്റിലാക്കി അവന് നേരേ നീട്ടി.

അവനത് വാങ്ങി മുഖത്തണിഞ്ഞ മാസ്ക് താഴ്ത്തി സിഗരറ്റ് പുകയ്ക്കുന്നതിനിടയിൽ അയാൾ അവന് വേണ്ട ചായ എടുക്കുവാൻ തിരിഞ്ഞു.

മാർക്കറ്റിൽ ചരക്കെടുക്കുവാൻ വരുന്നവരുടെയും ചരക്ക് കയറ്റി ഇറക്കുന്നവരുടെയും വലിയ തിരക്ക്. മാത്രവുമല്ല അവിടെ ഓരം ചേർന്ന് പോലീസിന്റെ ബസ്സും പാർക്ക് ചെയ്തു ഇട്ടിരിക്കുന്നതും കാണാം.

സിഗരറ്റ് വലിയും ചായകുടിയും കഴിഞ്ഞ് സിഗരറ്റ് കുറ്റി ദൂരേക്ക് തെറിപ്പിച്ച ശേഷം ഒരു അമ്പതു രൂപയുടെ നോട്ടെടുത്ത് അയാൾക്ക് കൊടുക്കുന്നു.

അയാൾ പൈസ വാങ്ങുന്നതിനിടയിൽ കുറച്ചു പശുക്കൾ വരിവരിയായി അതുവഴി കടന്നുപോകുന്നുണ്ട്, ബി ബി എം പി യുടെ ശുചീകരണ തൊഴിലാളികളായ സ്ത്രീകൾ പണിത്തിരക്കിലുമാണ്.

ബുള്ളറ്റ് അവിടെത്തന്നെ പാർക്ക് ചെയ്ത ശേഷം മാസ്കും ഹെൽമറ്റും ധരിച്ച് അവൻ റസ്സൽ മാർക്കറ്റിന്റെ കവാടത്തെ ലക്ഷ്യമാക്കി നടന്നു.

കുറച്ചു കാലങ്ങൾക്ക് മുമ്പ്

കേരളമെന്ന പ്രദേശത്തിലെ റെയിൽവേ സ്റ്റേഷനിൽ ഒരു രാത്രിയിൽ അജിത്തെന്ന ചെറുപ്പക്കാരനെയും ഭാര്യയെയും യാത്രയാക്കുവാൻ അവന്റെ അച്ഛനും അമ്മയും സഹോദരനും സ്റ്റേഷനിൽ എത്തിച്ചേർന്നു.

അജിത്ത് ഐ ടി മേഖലയിലാണ് ജോലി ചെയ്യുന്നത്. കല്യാണം കഴിഞ്ഞ് ഭാര്യ മീനാക്ഷിയുമൊത്ത് ബെംഗ്ലൂരിലേക്ക് തിരിക്കുകയാണ്.

എറണാകുളം - ബെംഗളൂരു ഗരീബ് രഥ് സ്പെഷ്യൽ എക്സ്പ്രസ്സ് ഒന്നാമത്തെ പ്ലാറ്റുഫോമിൽ വന്ന് കിടപ്പുണ്ട്.

അവർ എസ് 6 കമ്പാർട്ട്മെന്റിന്റെ മുന്നിൽ നിന്ന് അജിത്ത് തന്റെ മാതാപിതാകളോട് ബെംഗളൂരുവിൽ പോയിട്ടുള്ള ഭാവി പരിപാടികളെക്കുറിച്ച് ചർച്ച ചെയ്യുകയാണ്.

ട്രയിൻ പുറപ്പെടാനുള്ള സൈറൺ മുഴങ്ങി.

അജിത്തും ഗായത്രിയും എസ് 6 ലെ വിൻഡോ സൈഡിൽ ലഗേജുമായി കയറി ഇരുന്നു.

അച്ഛനും അമ്മയും സഹോദരനും അവരെ കൈവീശി യാത്രയാക്കി. ട്രെയിൻ മുന്നോട്ട് നീങ്ങി, അപ്പോഴും അവർ കൈ വീശിക്കൊണ്ടിരിക്കുകയായിരുന്നു.

സന്തോഷകരമായ യാത്ര, തുടരെ ....

മഞ്ഞു പെയ്യുന്ന പ്രഭാതത്തിൽ സൂര്യന്റെ പൊൻകിരണങ്ങളെ വകഞ്ഞു മാറ്റി ഗരീബ് രഥ് എക്സ്പ്രസ് ക്രാന്തിവീര സംഗോളിരായണ്ണ റെയിൽവേ സ്റ്റേഷനിൽ ഒന്നാം നമ്പർ പ്ലാറ്റുഫോമിൽ എത്തിച്ചേർന്നു.

മറ്റു സഹയാത്രികരോടൊപ്പം അജിത്തും ഭാര്യയും കമ്പാർട്ട്മെന്റിൽ നിന്നും പുറത്തേക്കിറങ്ങി.

യാത്രക്കാർ തിക്കിത്തിരക്കി അങ്ങോട്ടുമിങ്ങോട്ടും പോകുന്നുണ്ട്.

അവർ ലഗേജുമായി റെയിൽവേ ഹെൽപ് ഡെസ്കിൽ ചെന്ന് ഒരു ഉദ്യോഗസ്ഥനോട് പാർസൽ ഓഫീസ് എവിടാണെന്ന് തിരക്കി.

ഉദ്യോഗസ്ഥൻ ഒരു ദിശയിലേക്ക് ചൂണ്ടി "അവിടെയാണ് " എന്ന് പറയുന്നു.

അവർ പാർസൽ ഓഫീസിനെ ലക്ഷ്യമാക്കി നടന്നു.

അവിടെ എത്തിയ അജിത്തും ഭാര്യയും ഒരു ഉദ്യോഗസ്ഥന് തന്റെ കൈവശമുള്ള രസീത് കൊടുത്തു.

അയാൾ അതുവാങ്ങി പരിശോധിച്ച ശേഷം ആ രസീതിൽ സീൽ വെച്ച് പാർസൽ പുറത്തുനിന്നും കൈപറ്റുവാൻ പറഞ്ഞു.

പുറത്തുള്ള ജീവനക്കാരോട് രസീത് കാട്ടി ബുള്ളറ്റ് കൈപ്പറ്റുന്ന അജിത്ത് ഉടനേ പോർട്ടർ ത്രീ വീലറും അവക്ക് യാത്ര ചെയ്യുവാനുള്ള ഒരു യുബർ കാറും ബുക്ക് ചെയ്യുന്നു.

നിമിഷ നേരത്തിനുള്ളിൽ ഒരു പോർട്ടർ ത്രീ വീലർ അവർക്ക് സമീപം എത്തി നിന്നു.

ത്രീ വീലറിലെ ഡ്രൈവറും അയാളുടെ സഹായിയും ചേർന്ന് ബുള്ളറ്റ് വണ്ടിയിൽ കയറ്റി ഉറപ്പിച്ചുവെക്കുന്നു.

അജിത്ത് അവർക്ക് ഓ ടി പി നമ്പർ പറഞ്ഞുകൊടുത്ത് യാത്രയാക്കും.

തൽസമയം അവർക്ക് പോകേണ്ട യൂബർ കാറും അവിടെ എത്തിച്ചേരുന്നു.

അവർ ഉടനെ ലഗേജുമായി കാറിൽ കയറി ഡോർ അടച്ചു.

ആ കാർ അവരെയും കൊണ്ട് മുന്നോട്ട് കുതിക്കുകയാണ്.

ഈ സമയം ഡ്രൈവർ എഫ് എം റേഡിയോയിലെ പാട്ടിന്റെ ശബ്ദം അല്പം കൂട്ടിവെക്കും

ആ ഗാനം ബെംഗളൂരുവിനെ കുറിച്ച് പുകഴ്ത്തി പാടുന്ന ഗാനമായിരുന്നു.

ഡ്രൈവർ ആ പാട്ട് നന്നായി ആസ്വദിച്ച് ഡ്രൈവ് ചെയ്തു.

അവരുടെ രാവിലെയുള്ള യാത്രയിൽ ബെംഗളൂരുവിലെ തിക്കും തിരക്കും മറ്റു മനോഹര ദൃശ്യങ്ങളുമെല്ലാം കൺകുളിർക്കെ കണ്ട് ആസ്വദിക്കുന്നുണ്ടായിരുന്നു.

പുറത്തുനിന്നുള്ള ദൃശ്യങ്ങൾ കാണുമ്പോഴും പാട്ട് തുടർന്നുകൊണ്ടേയിരുന്നു.

അവർ സഞ്ചരിച്ചുകൊണ്ടിരുന്ന കാർ ഒരു റസിഡൻഷ്യൽ ഏരിയായിൽ ഇരുനില കെട്ടിടത്തിന് മുന്നിലായി വന്ന് നിന്നു.

അവിടെ അവരെയും കാത്ത് വീട്ടുടമ ഹേമാവതി നിൽപ്പുണ്ടായിരുന്നു.

അജിത്തും മീനാക്ഷിയും കാറിൽനിന്നുമിറങ്ങിയപ്പോൾ വീട്ടുടമ വളരെ ഹൃദ്യമായിട്ടായിരുന്നു സ്വീകരിച്ചത്.

യാത്രാവിശേഷങ്ങൾ തിരക്കിയ അവർ വീടിന്റെ താക്കോൽ മീനാക്ഷിക്ക് നൽകിക്കൊണ്ട് അപ്പുറത്തുള്ള അവരുടെ വീട്ടിലേക്ക് പോയി.

ഇതിനിടയിൽ ലഗേജുകൾ ഇറക്കിവെച്ച് യുബർ കാറുകാരനും തിരിച്ചുപോയി.

നിമിഷങ്ങൾക്കകം പോർട്ടർ ത്രീ വീലർ ബുള്ളറ്റുമായി അങ്ങോട്ടേക്ക് കയറി വന്നു.

ഡ്രൈവറും സഹായിയും ചേർന്ന് ബുള്ളറ്റ് ഒരു ഭാഗത്തേക്ക് ഇറക്കിവെച്ചിട്ട് അവരും മടങ്ങി.

അജിത്തും ഭാര്യയും ലഗേജുമായി ഫസ്റ്റ് ഫ്ലോറിലെ അവരുടെ വീട് തുറന്ന് അകത്തേക്ക് കയറി.

സാധനങ്ങളെല്ലാം ഒതുക്കിവെച്ച അവർ വീടും പരിസരവും നന്നായി വീക്ഷിക്കുകയാണ്.

മീനാക്ഷിക്കും വീട് നന്നേ ബോധിച്ചു. ഭക്ഷണത്തിന് അത്യാവശ്യ സാധനങ്ങൾ വാങ്ങുവാനായി അവർ വീട് പൂട്ടി പുറത്തേക്കിറങ്ങി.

റോഡിന്റെ ഇരുവശങ്ങളിലും പച്ചക്കറിയും മറ്റു സാധനങ്ങളുമായി കച്ചവടം പൊടിപൊടിക്കുകയാണ്.

അജിത്തും മീനാക്ഷിയും അവർക്ക് അത്യാവശ്യം വേണ്ടുന്ന സാധനങ്ങളെല്ലാം വാങ്ങി ബുള്ളറ്റിൽ കയറി വീട്ടിലേക്ക് തിരിച്ചു.

മീനാക്ഷി പാചകം ചെയ്യുകയാണ്. രുചികരമായ ഭക്ഷണമാണ് അജിത്തിന് ആവശ്യം. അവനും അവളെ സഹായിച്ച് ഭക്ഷണം രുചികരമാക്കി.

ഭക്ഷണത്തിന് ശേഷം അവർ നേരത്തേ കിടക്കാൻ കയറി. കട്ടിലിൽ ചാരിയിരുന്നവർ വീട്ടുകാരോട് വീഡിയോ കോൾ ചെയ്യുകയാണ്.

സമയം കടന്നുപോയി നാളെ ഓഫീസിൽ പോകേണ്ടതാണെന്നും പറഞ്ഞ് മീനാക്ഷി ലൈറ്റ് ഓഫ് ചെയ്തു.

അടുത്ത ദിവസം ഓഫീസ് ക്യാബിനിൽ കുശലം പറഞ്ഞും സംസാരിച്ചും ഓഫീസ് പ്രവർത്തനങ്ങളിൽ ഏർപ്പെട്ടുകൊണ്ടിരിക്കുന്ന അജിത്തും സഹപ്രവർത്തകരും.

ഈ സമയം അങ്ങോട്ടേക്ക് കടന്ന് വരുന്ന അവരുടെ സി ഇ ഒ ബെന്നറ്റ് ജോൺ, അജിത്തിന്റെ കല്യാണത്തിന് പങ്കെടുക്കുവാൻ സാധിക്കാത്തതിൽ ഖേദം പ്രകടിപ്പിച്ചു.

ശേഷം എല്ലാവരോടുമായി അയാൾ ഒരു നിർദ്ദേശം കൊടുക്കും.

യു എസ് ഇൽ നിന്നും പുതിയ ഒരു പ്രോജക്ടിന്റെ കരാർ വന്നിട്ടുണ്ട്. അതേക്കുറിച്ച് വ്യക്തത വരുത്തുവാനായി എല്ലാവരും അഞ്ചു മിനിറ്റിനകം കോൺഫെറൻസ് റൂമിൽ ഒത്തുചേരണം.

ഇത്രയും പറഞ്ഞ് അയാൾ ക്യാബിനിൽ നിന്നും പോകുവാൻ ഡോർ തുറന്ന് പുറത്തേക്കിറങ്ങി.

അപ്പോഴേയ്ക്കും എല്ലാവരും കസേരയിൽനിന്നെഴുന്നേറ്റ് പോകുവാൻ തയ്യാറായി.

കുന്തനോട് മാത്രം ഒരു നിമിഷം അവിടെ നില്ക്കുവാൻ അയാൾ പറയും.

കുന്തൻ മേശയ്ക്കു മേൽ ഊരിവെച്ച വാച്ച് എടുത്ത് കൈയിൽ അണിഞ്ഞ ശേഷം ഓകെ സർ എന്ന് പറഞ്ഞ് അവിടെ തന്നെ ഇരുന്നു.

കോൺഫ്രൻസ് റൂമിന്റെ ഡോർ തുറന്ന് അകത്തേക്ക് പ്രവേശിക്കുന്ന അജിത്തും സഹപ്രവർത്തകരും ഒരു വലിയ വട്ടമേശയ്ക്ക് ചുറ്റും ഇട്ടിരിക്കുന്ന കസേരയിൽ ബെന്നറ്റ് ജോണിന് അഭിമുഖമായി വന്നിരുന്നു.

സി ഇ ഓ യും, എം ഡി യും പ്രൊജക്ടർ സ്ക്രീനിന്റെ സഹായത്തോടെ വിഷയങ്ങൾ അവരോട് വിശദീകരിച്ചു.

അവർ വിശദീകരിച്ചുകൊടുത്ത വിഷയം എല്ലാവർക്കും മനസിലായില്ലേയെന്ന്, പ്രത്യേകിച്ച് അജിത്തിനോടും കുന്തനോടും അനീഷിനോടും ചോദിച്ച് ഉറപ്പ് വരുത്തി.

മനസ്സിലായെന്ന ഭാവത്തിൽ എല്ലാവരും തലയാട്ടി. എങ്കിൽ എല്ലാവരും പോയിക്കൊള്ളൂ.

സഹപ്രവർത്തകർ അവരവരുടെ ജോലി കഴിഞ്ഞ് ബാഗുമായി ക്യാബിൻ വിട്ട് കോറിഡോറിലൂടെ പരസ്പരം സംസാരിച്ച് പുറത്തേയ്ക്ക് പോകുന്നു.

കുന്തന്റെ ബൈക്ക് വർക്ക് ഷോപ്പിൽ ആയതിനാൽ റാപിഡോ ബൈക്ക് ടാക്സി വിളിച്ചാണ് അവൻ വീട്ടിൽ പോകുവാൻ ഉദ്ദേശിക്കുന്നത്.

അജിത്ത് കുന്തനെ അവന്റെ വീട്ടിൽ ഡ്രോപ്പ് ചെയ്യാമെന്നേറ്റു.

പുറത്തേക്കിറങ്ങുവാനുള്ള ഗ്ലാസ് ഡോറിൽ അവരവരുടെ ഐ ഡി കാർഡ് ഉപയോഗിച്ച് പഞ്ച് ചെയ്ത് പുറത്തേക്കിറങ്ങി.

ബണ്ടാര ബൊമ്മന ഹള്ളി സിഗ്നലിൽ കുന്തനുമായി അജിത്തിന്റെ ബുള്ളറ്റ് വന്നുനിന്നു. പച്ച തെളിഞ്ഞപ്പോഴേക്കും അവൻ വണ്ടി ഇടത്തോട്ട് തിരിച്ച് മുന്നോട്ടെടുത്തു.

ആ ജംഗ്ഷനിൽ ഡോക്ടർ അംബേദ്ക്കറുടെ ഒരു വലിയ പ്രതിമ സ്ഥാപിച്ചിട്ടുണ്ട്.

അവിടെ നിന്നും വണ്ടി തിക്കും തിരക്കും നിറഞ്ഞ ചിക്ക ബേഗ്ഗൂർ മെയിൻ റോഡിലേക്ക് കടന്നു. തൽസമയം വഴിനീളെ കൊടികളും തോരണങ്ങളും വലിച്ചുകെട്ടുന്ന തിരക്കിലാണ് ചില രാഷ്ട്രീയ പ്രവർത്തകർ.

അതിനിടയിൽ കുന്തൻ അജിത്തിനെ അവന്റെ വീട്ടിലേക്ക് ക്ഷണിക്കും.

പക്ഷെ അജിത്തിന് യാത്രാ ക്ഷീണമുണ്ടെന്നും അടുത്ത ദിവസം വരാമെന്നും പറയും.

കുന്തൻ നാളെ ലീവാണ്. വർക്ക് ഷോപ്പിൽ നിന്നും വണ്ടി എടുക്കണം. എങ്കിൽ അജിത്ത് നാളെ ഡ്യൂട്ടി കഴിഞ്ഞ് നേരെ ഇങ്ങോട്ട് പോന്നോളൂ, കുന്തൻ അജിത്തിനെ ക്ഷണിക്കും.

അജിത് അവന്റെ ക്ഷണം സ്വീകരിച്ചു. നാളെ ഡ്യൂട്ടി കഴിഞ്ഞ് വന്നേക്കാമെന്നേറ്റ് വണ്ടി ഡ്രൈവ് ചെയ്ത് മുന്നോട്ട് പോവുകയാണ്.

ചൂഡസാന്ദ്ര ബസ് സ്റ്റോപ്പിന് തൊട്ട് മുമ്പുള്ള ഇടത്തോട്ട് വീതികുറഞ്ഞ ഒരു കോൺക്രീറ്റ് വഴിയിലേക്ക് ബുള്ളറ്റ് ചെന്നുകയറി.

വി ജി പി റോഡിൽ ഇടുങ്ങിയ കോൺക്രീറ്റ് വഴിയിലൂടെ അവരുടെ ബുള്ളറ്റ് കുന്തന്റെ വീടിനെ ലക്ഷ്യമാക്കി നീങ്ങുകയാണ്.

ഇനി കഷ്ടിച്ച് അഞ്ചൂറ് മീറ്ററിനുള്ളിൽ അവന്റെ വീട്ടിലെത്തിച്ചേരാൻ കഴിയും.

കുന്തന്റെ വീടിന് മുന്നിൽ ബുള്ളറ്റ് വന്ന് നിന്നു./ അവൻ താങ്ക്സ് പറഞ്ഞ് ഇറങ്ങി.

നാളെ കാണാമെന്ന് പറഞ്ഞ് അജിത്തും യാത്രയായി.

മനോഹരമായ ആ രാത്രിയിൽ അജിത്തിന്റെ വീടിനു മുകളിൽ കയറി നിന്നാൽ ബെംഗളൂരു നഗരത്തിന്റെ മിന്നുന്ന പ്രഭാവലയം കാണാം.

അജിത്തും മീനാക്ഷിയും അത് നന്നായി ആസ്വദിക്കുകയാണ്. ചെറിയതോതിൽ തണുപ്പുമുണ്ട്. നല്ലൊരു റൊമാൻസ് മൂഡ് അവർക്ക് അനുഭവപ്പെടുന്നു.

അടുത്ത ദിവസം ഉച്ചയോടെ ഓഫീസ് ക്യാബിനിൽ നിന്നും ബ്രേക്ക് ടൈമിൽ അജിത്ത് കാന്റീനിലേക്ക് പോകും വഴി ലിഫ്റ്റിന്റെ പരിസരത്ത് വെച്ച് കുന്തനെ യാദൃശ്ചികമായി കാണുവാൻ ഇടയാകുന്നു.

അന്ന് ലീവ് ആണെന്ന് പറഞ്ഞിരുന്ന കുന്തനെ അവിടെ കണ്ടപ്പോൾ അതിന്റെ കാരണം അജിത്ത് തിരക്കി

ഓഫീസിലെ ഹാർഡ് ഡിസ്ക് തന്റെ പക്കലാണെന്നും അത് ഏൽപ്പിക്കുവാൻ വന്നതാണെന്നും അവൻ മറുപടി കൊടുക്കും.

എങ്കിൽ വർക്ക് കഴിഞ്ഞ ഉടനേ വീട്ടിലേക്ക് വരുമല്ലോയെന്ന് കുന്തൻ ചോദിച്ചു.

വരാമെന്ന് പറഞ്ഞ് അജിത്ത് അവന് ഉറപ്പ് കൊടുത്തു.

ഓഫീസ് ക്യാബിനിലെ സമയം മൂന്നര കഴിഞ്ഞു. ജോലിത്തിരക്ക് കാരണം ഇറങ്ങാൻ അല്പം താമസിച്ചു.

അജിത്ത് കുന്തന്റെ വീട്ടിൽ പോകുവാനുള്ള തയ്യാറെടുപ്പിലാണ്. ബാഗും തൂക്കി മെയിൻ ഡോറിൽ എത്തി നിന്ന അവൻ ഐ) ഡി കാർഡ് പഞ്ച് ചെയ്തു പുറത്തേക്കിറങ്ങി.

പാർക്കിങ് ഏരിയയിൽ എത്തി നിന്ന അജിത്ത് അവന്റെ ബുള്ളറ്റ് എ)ടുത്ത് മെയിൻ റോഡിലേക്കിറങ്ങി.

ബണ്ടാര ബൊമ്മനഹള്ളി ജംഗ്ഷനിൽ അജിത്തിന്റെ ബുള്ളറ്റ് റെഡ് സിഗ് നലിൽ വന്ന് നിന്നു.

തൽസമയം അവിടെ ഹനുമാന്റെ വേഷം കെട്ടിയ ആളുകൾ ഭിക്ഷയെടുക്കുന്നതും കുറച്ച് ട്രാൻസ് ജെൻഡറുകൾ കൈതട്ടി ശബ്ദമുണ്ടാക്കി ആളുകളെ അനുഗ്രഹിച്ച് പൈസ പിടുങ്ങുന്നതും കാണാം.

പെട്ടെന്ന്, സിഗ്നലിൽ പച്ച തെളിഞ്ഞു. അവന്റെ ബുള്ളറ്റ് ഇടത്തോട്ട് തിരിഞ്ഞ് ചിക്ക ബേഗൂർ മെയിൻ റോഡിലേക്ക് കയറി.

അജിത്ത് ബുള്ളറ്റിൽ അതുവഴി കടന്നുപോകുമ്പോൾ ഇലക്ഷൻ പ്രവർത്തനം തകൃതിയിൽ നടക്കുന്നുണ്ട്.

തോരണങ്ങൾക്കും ബാനറുകൾക്കും പുറമെ സ്ഥാനാർത്ഥികളുടെ ഫോട്ടോ പതിച്ചിട്ടുള്ള കട്ടൗട്ടുകളും പ്രത്യക്ഷപ്പെട്ടു തുടങ്ങി.

അജിത്തിന്റെ ബുള്ളറ്റ് ചൂഡസാന്ദ്ര ബസ്സ് സ്റ്റോപ്പിന് സമീപത്തെ ഇടത്തോട്ടുള്ള വഴിയിൽ പ്രവേശിച്ചു.

ഇടുങ്ങിയ കോൺക്രീറ്റ് വഴിയിലൂടെ കുന്തന്റെ വീടിനെ ലക്ഷ്യമാക്കി ബുള്ളറ്റ് പോവുകയാണ്.

പെട്ടെന്ന് ആ വഴിയിൽ ഒരു തടസ്സം. ബി ബി എം പിയുടെ പുതിയ ഒരു ടിപ്പർ ഓട്ടോ റോഡിന് കുറുകെ ഇട്ടിരിക്കുന്നു. എന്തോ സാധനങ്ങൾ വണ്ടിയിലുണ്ട്. ഡ്രൈവർ തൊട്ടടുത്ത കെട്ടിടത്തിലേക്ക് പോയിരിക്കുകയാണ്.

ആ കെട്ടിടത്തിൽ ഒരു രാഷ്ട്രീയ പാർട്ടിയുടെ മീറ്റിംഗ് നടക്കുന്നുണ്ട്.

അതുമായി ബന്ധപ്പെട്ട് അങ്ങിങ്ങായി ഒന്നുരണ്ടുപേർ മാറി നിന്ന് രാഷ്ട്രീയം പറയുന്നുണ്ട്.

ടിപ്പർ ഓട്ടോ കുറുകെ ഇട്ടിരിക്കുന്നതുകൊണ്ട് ഒരു കൈ വണ്ടിക്കാരൻ അയാൾക്ക് കടന്നുപോകുവാൻ പറ്റാതെ ആ ഓട്ടോ ഡ്രൈവർ വരുന്നത് വരെ കാത്തുനിൽക്കുകയാണ്.

അജിത്തിനും ആ വഴി കടന്ന് പോകുവാൻ സാധിക്കാതെ വന്നു. കുറച്ചു നേരം അവൻ ക്ഷമയോടെ കാത്തുനിന്നു. എന്നിട്ടും ആരെയും കണ്ടില്ല ! ഒടുവിൽ ക്ഷമ നശിച്ച അവൻ ഇടവും വലവും നോക്കി ഒന്ന് ഹോൺ മുഴക്കി.

ഒന്നുകൂടി ഹോൺ മുഴക്കി ചുറ്റുമൊന്ന് നോക്കി. പക്ഷെ വണ്ടി മാറ്റാനോ അല്പം ഒതുക്കി കൊടുക്കുവാനോ ആരും വന്നില്ല.

അവൻ വീണ്ടും തുടരെത്തുടരെ ഹോൺ മുഴക്കി.

ഉച്ചത്തിലുള്ള ഹോർണിന്റെ ശബ്ദം തൊട്ടടുത്തുള്ള പച്ചക്കറി കടക്കാരനും അവിടെ രാഷ്ട്രീയം പറഞ്ഞുനിൽക്കുന്നവർക്കും വല്ലാതെ അലോസരമുണ്ടാക്കി.

രാഷ്ട്രീയം പറഞ്ഞു നിൽക്കുന്നവരിൽ ഒരുത്തൻ കൈ ഉയർത്തി കാട്ടി അതുവഴി കടന്നുപോകുവാൻ കർക്കശമായി നിർദ്ദേശിക്കുന്നു.

അജിത്ത് അതൊന്നും ഗൗനിക്കാതെ ഹോൺ മുഴക്കിയടിച്ചു.

രാഷ്ട്രീയക്കാരൻ ഉച്ചത്തിൽ പച്ചത്തെറി വിളിച്ച് അജിത്തിനോട് സ്ഥലം വിടുവാൻ പറയുകയാണ്.

ഇതെല്ലം കണ്ടുനിന്ന പച്ചക്കറി കടക്കാരൻ ബുള്ളറ്റിന്റെ നമ്പർ പ്ലേറ്റിൽ ശ്രദ്ധിച്ചു.

ഇവൻ മലയാളിയാണെന്ന് അയാൾക്ക് മനസ്സിലായി.

അയാൾ പാർട്ടി മീറ്റിംഗ് നടക്കുന്ന കെട്ടിടത്തിലേക്ക് ഉറ്റു നോക്കുകയാണ്.

ഈ സമയം ആ കെട്ടിടത്തിൽ നിന്നും ഒരു തൂവെള്ള വസ്ത്രധാരി സ്റ്റെയർകേസ് ഇറങ്ങി വരുന്നത് കാണാം.

അജിത്ത് വീണ്ടും ഹോൺ മുഴക്കി. രാഷ്ട്രീയം പറഞ്ഞു നിൽക്കുന്നവരിൽ ഒരുത്തന് അരിശം ഇരച്ചു കയറി. അവൻ ഉച്ചത്തിൽ അജിത്തിനെ പുലഭ്യം പറയും.

തൽസമയം അവർക്ക് സമീപമെത്തിയ വെള്ള വസ്ത്രധാരി "മാടേ ഷേ ! എന്താണ് പ്രശ്നമെന്ന് ചോദിക്കും.

അതുവഴി പോകുവാൻ എത്ര പറഞ്ഞിട്ടും ഇവന് മനസ്സിലാകുന്നില്ല.. പിന്നെയും പിന്നെയും ഹോൺ അടിച്ച് വെറുപ്പിക്കുകയാണ്.

വെള്ള വസ്ത്ര ധാരി അജിത്തിനോട് കൈ ഉയർത്തി ആംഗ്യം കാട്ടി തിരിച്ചു പോകുവാൻ പറയും.

അജിത്തിന് കാര്യം മനസ്സിലായില്ല. എന്തിന് അവൻ തിരിച്ചു പോകണം ?

ഈ വണ്ടി മാറ്റിയാൽ അവനും കടന്നുപോകാമല്ലോ!

മനസ്സിൽ പിറുപിറുത്തുകൊണ്ട് അയാളോട് പോയി പണി നോക്കാൻ പറയും.

വെള്ള വസ്ത്രധാരിക്ക് അജിത്തിന്റെ പെരുമാറ്റം തീരെ ഇഷ്ടപ്പെട്ടില്ല. അയാൾ അവന് അഭിമുഖമായി ചെന്നുനിന്നു.

ഈ രംഗം കണ്ട് നിന്ന് മാടേഷും അയാൾക്ക് സമീപം ചെന്ന് നിന്നു.

അജിത്ത് ഹെൽമെറ്റിന്റെ ഗ്ലാസ് ഉയർത്തി അയാളോട് പറയും "കുറച്ചു നേരമായി സാർ ഞാൻ ഇവിടെ വന്നിട്ട്. ഈ വണ്ടി ഇങ്ങനെ കുറുകെ ഇട്ടിരിക്കുന്നതുകൊണ്ട് കടന്നുപോകാൻ സാധിക്കുന്നില്ല. ! ദയവുചെയ്ത് വണ്ടി മാറ്റിതരണം. പോയിട്ട് തിരക്കുണ്ട്.

വെള്ള വസ്ത്രധാരി ബുള്ളറ്റിന്റെ നമ്പർ പ്ലേറ്റിലേക്ക് നോക്കി അവനോടു പറയും - "നിനക്ക് പറയുന്നത് മനസ്സിലായില്ലേ ഡാ ! വേഗം തിരിച്ചുപോയിക്കോ "

അജിത്ത് അയാളോട് തട്ടിക്കയറി സംസാരിക്കും.

വെള്ളവസ്ത്രധാരിക്ക് അത് ഒട്ടും ഇഷ്ടപ്പെട്ടില്ല. അയാൾ അവന്റെ ഹെൽമെറ്റിൽ ആഞ്ഞൊരു തട്ട് വെച്ചുകൊടുത്തു.

അജിത്ത് ഞെട്ടി, അവൻ ഹെൽമറ്റ് ഊരി ടാങ്കിന്റെ മുകളിൽ വെച്ച് വണ്ടിയിൽ നിന്നുമിറങ്ങുന്നതിനിടെ മാടേഷ് ബുള്ളറ്റിന്റെ താക്കോൽ ഊരിയെടുത്തു.

ബുള്ളറ്റിൽ നിന്നിറങ്ങിയ അവൻ തന്നെ ഉപദ്രവിക്കുന്നതെന്തിനാണെന്ന് ചോദിക്കും.

ഇത് കേട്ടപാടെ വെള്ള വസ്ത്രധാരി അവന്റെ കരണത്തൊരടി കൊടുത്തു.

അജിത്ത് വേദന സഹിക്കാതെ വന്നപ്പോൾ വണ്ടിയുടെ മുകളിൽ വെച്ചിരുന്ന ഹെൽമറ്റ് എടുത്ത് കറക്കി ഒരടി വെച്ചുകൊടുത്തു.

അടികൊണ്ടത് അയാളുടെ മുഖത്തായിരുന്നു. മൂക്ക് പൊട്ടി രക്തം വാർന്നൊലിച്ചു.

ഇത് കണ്ട മാടേഷ് ഒറ്റ കുതിപ്പിന് അവനെ ചവുട്ടി താഴെയിട്ടു. കൂടെ ഉണ്ടായിരുന്ന രാഷ്ട്രീയ പ്രവർത്തകരും അജിത്തിനെ ശക്തമായി മർദ്ദിച്ചു.

പിന്നെ വഴിയിൽകൂടി പോകുന്നവരും വരുന്നവരും അവനെ തല്ലി ഇഞ്ചപ്പരുവമാക്കി.

ഈ സമയം റോഡിന് കുറുകെ ഇട്ടിരുന്ന ടിപ്പർ ഓട്ടോ അതിന്റെ ഡ്രൈവർ വന്ന് ആരുമറിയാതെ എടുത്തുകൊണ്ടുപോയി.

വെള്ളവസ്ത്രധാരിയെ ചിലർ ചേർന്ന് ഒരു കസേരയിൽ ഇരുത്തി പരിചരിക്കുകയാണ്.

അയാളുടെ മൂക്ക് ഇപ്പോൾ നീരു വന്ന് വീർത്തിരിക്കുകയാണ്.

അജിത്തിനെ മർദ്ദിക്കുകയായിരുന്ന മാടേഷിനെ വിളിച്ചുവരുത്തി വേഗം പോലീസിനെ വിളിക്കുവാൻ അയാൾ പറയും.

അജിത്തിനെ ഉപദ്രവിച്ചവർ ഓരോരുത്തരായി പിരിഞ്ഞുപോകുന്നത് കാണാം.

അവൻ അവിടെ നിന്നും എഴുന്നേറ്റ് തൊട്ടടുത്തുള്ള കട തിണ്ണയിൽ പോയിരുന്ന് ഫോണെടുത്ത് കുന്തനെ വിളിച്ച് കാര്യം പറയും.

അജിത്ത് ഫോൺ ചെയ്യുന്നത് കണ്ട മാടേഷ് ആ ഫോൺ പിടിച്ചുവാങ്ങി നിലതെറിഞ്ഞ് ചവുട്ടി പൊട്ടിക്കും.

ശേഷം ഒരു വടിയെടുത്ത് വീണുകിടക്കുന്ന ബുള്ളറ്റിന്റെ ഹെഡ് ലൈറ്റ് പൊട്ടിച്ചു, പെട്രോൾ ടാങ്കും അടിച്ചു ചളുക്കി.

അജിത്ത് വേദനയും സങ്കടവും സഹിക്കവയ്യാതെയായി. അവൻ പലചരക്ക് കടക്കാരനോട് കുടിക്കാൻ അല്പം വെള്ളം ചോദിച്ചു.

അയാൾ വെള്ളം കൊടുത്തുകൊണ്ട് പറയും "നീ എന്തിനാണ് അവരോട് പ്രതികരിക്കാൻ പോയത്? അവർ സാധാരണക്കാരൊന്നുമല്ല "

ഈ സമയം "ഹൊയ് സാല " എന്ന പോലീസ് വാഹനം വെള്ളവസ്ത്രധാരിയുടെ സമീപം വന്ന് നിന്നു.

ഇത് കണ്ട മാദേഷ് വണ്ടിയിന്മേലുള്ള ആക്രമണം നിർത്തി വടി ദൂരേക്ക് എറിഞ്ഞ് വെള്ളവസ്ത്രധാരിക്ക് സമീപം വന്ന് നിൽക്കും.

ഹൊയ് സാല വന്ന് നിന്നത് അജിത്തിന്റെ ശ്രദ്ധയിൽപെട്ടു. അവൻ ജാക്കറ്റ് ഊരി കൈയിലിട്ട് ബാഗ് സുരക്ഷിതമായി പിടിച്ച് അവശനിലയിൽത്തന്നെ അവിടെ ഇരുന്നു.

ഹൊയ് സാലയിൽ നിന്നും എ) എസ് ഐ ഇറങ്ങി വെള്ള വസ്ത്രധാരിയോട് ചോദിക്കും "എന്താ റെഡ്ഡി? എന്താ പ്രശ്നം " എന്ന്

ഐസ് പാക്ക് കൊണ്ട് മൂക്ക് മറച്ചുപിടിച്ച് വേദന സഹിക്കവയ്യാതെ ഇരിക്കുകയാണ് വെള്ളവസ്ത്രധാരി റെഡ്ഡി.

എ) എസ് ഐയുടെ ചോദ്യത്തിന് മാദേഷാണ് മറുപടി കൊടുക്കുന്നത്. മാത്രവുമല്ല അജിത്തിനെ അവൻ ചൂണ്ടികാണിച്ചുകൊടുക്കുകയും ചെയ്തു.

എ) എസ് ഐ അജിത്തിനെ കൈ ഉയർത്തിക്കാട്ടി വരുവാൻ പറയും. അവൻ ബാഗും ജാക്കറ്റും പിടിച്ച് മെല്ലെ എഴുന്നേറ്റ് മാദേഷ് ചവുട്ടി പൊട്ടിച്ച ഫോൺ എടുത്ത് സമീപം ചെന്നു നിന്നു.

പോലീസിനുചുറ്റും നാട്ടുകാർ തടിച്ചുകൂടി നിൽപ്പുണ്ട്.

എ) എസ് ഐ അജിത്തിന്റെ തലയിൽ രണ്ട് തട്ട് തട്ടിയിട്ട് വെള്ളമടിച്ചിട്ടുണ്ടോടായെന്നും മയക്കുമരുന്ന് ഉപയോഗിച്ചിട്ടുണ്ടോടാ എന്നും ചോദിക്കും.

അവൻ ഇല്ലായെന്ന് മറുപടി കൊടുക്കുന്നതിനിടയിൽ കൂട്ടത്തിലൊരാൾ ഇതൊന്നുമില്ലാതെ എം എൽ എ യുടെ അളിയനെ തല്ലാൻ എങ്ങിനെ

ധൈര്യം വന്നുവെന്ന് ചോദിക്കുവാൻ എ എസ് ഐ യോട്
ആവശ്യപ്പെടും.

ഈ സമയം കുന്തൻ അവിടെ എത്തിച്ചേർന്നു. അവൻ എ എസ് ഐ
യോട് എന്താണ് കാര്യമെന്ന് ചോദിക്കും.

നീയും ഇവന്റെ കൂടെയുള്ളതാണോ? എങ്കിൽ വണ്ടിയിലേക്ക്
കയറിക്കോ. എ എസ് ഐ അവനെ വിരട്ടും.

പിന്നെ കുന്തൻ ഒന്നും മിണ്ടിയില്ല. നിശബ്ദനായി നിന്നു.

എ) എസ് ഐ അജിത്തിന്റെ കൈയിൽ പിടിച്ച് ഹൊയ് സാല യുടെ
പുറക് വശത്തെ ഡോർ തുറന്ന് അകത്തേക്ക് കയറ്റി.

റെഡ്ഢിയോട് സ്റ്റേഷനിലേക്ക് വരുവാൻ പറഞ്ഞ് ഹൊയ് സാല
മുന്നോട്ടെടുത്തു.

അജിത്ത് പിന്നിലിരുന്ന് കുന്തനെനോക്കി ഈ വിവരം മീനാക്ഷിയെ
ഫോൺ ചെയ്ത് അറിയിക്കണമെന്ന് കൈകൊണ്ട് ആംഗ്യം കാട്ടി.

അവൻ ശരിയെന്ന ഭാവത്തിൽ തലയാട്ടി പോക്കറ്റിൽ നിന്നും ഫോൺ
എടുത്തു, അപ്പോഴേക്കും ഹൊയ് സാല അവനിൽ നിന്നും ദൂരേക്ക്
അകന്നു കൊണ്ടിരുന്നു.

തൽസമയം വീട്ടിലെ സോഫയിൽ ഇരുന്ന് മീനാക്ഷി അവരുടെ കല്യാണ
വീഡിയോ കണ്ടുകൊണ്ടിരിക്കുകയാണ്. പെട്ടെന്ന് മീനാക്ഷിയുടെ
ഫോണിലേക്ക് ഒരു കാൾ വരുന്നു.

കുന്തനാണ് വിളിക്കുന്നത്. അവൻ ഉണ്ടായ സംഭവം അവളെ
ധരിപ്പിക്കും. പേടിക്കാനൊന്നുമില്ല. ബെന്നറ്റ് ജോൺ
സഹായിക്കാമെന്നേറ്റിട്ടുണ്ട്.

അജിത്തിനെ വിളിച്ചാൽ കിട്ടില്ല. ഫോണിനെന്തോ തകരാർ
സംഭവിച്ചിട്ടുണ്ട്. ഇത്രയും പറഞ്ഞപ്പോഴേക്കും കാൾ കട്ട് ആയി.

അപ്പോഴേക്കും ഹൊയ് സാല അജിത്തിനെയും കൊണ്ട് സ്റ്റേഷനിലേക്ക്
പായുകയാണ്.

എം എൽ എ യുടെ അളിയനെ തല്ലിയ ഇവന്റെ കാര്യം പോക്കാണല്ലേ
സാറെ? വാഹനം ഓടിക്കുന്നതിനിടെ എ എസ് ഐ യെ നോക്കി
ഡ്രൈവർ ചോദിക്കും.

അജിത്ത് നിരപരാധിയാണെന്നും അവരാണ് ഇവനെ ആദ്യം തല്ലിയതെന്നും അവന് അറിയാവുന്ന ഭാഷയിൽ എ എസ് ഐ യോട് പറഞ്ഞുനോക്കി.

എ) എസ് ഐ അവനോട് മിണ്ടാതിരിക്കുവാനാണ് പറയുന്നത്.

പോലീസുകാർ തന്നെ കുടുക്കുവാനുള്ള പദ്ധതിയിലാണെന്ന് അവരുടെ സംസാരത്തിൽനിന്നും മനസ്സിലാക്കിയ അവൻ കൈ ചെയിൻ ഊരി ബാഗിനകത്തെ പൗച്ചിൽ വെക്കും, അപ്പോഴേക്കും ഹൊയ്സാല സ്റ്റേഷന്റെ കവാടം കടന്ന് അകത്തേക്ക് കയറി.

ഡ്രൈവറും എ) എസ് ഐ യും പുറത്തേക്കിറങ്ങി. എ) എസ് ഐ പുറകിലെ ഡോർ തുറന്ന് അജിത്തിനെ ഇറക്കി സ്റ്റേഷന്റെ അകത്തേക്ക് കൊണ്ടുപോയി.

അവിടെ ജി ഡി എൻട്രി ടേബിളിന് സമീപമിരിക്കുന്ന ഒരു ഉദ്യോഗസ്ഥന് അവനെ ഏൽപ്പിച്ച ശേഷം എ) എസ് ഐ ഹൊയ് സാലയിൽ കയറി തിരികെ പോയി.

അജിത്ത് സ്റ്റേഷന്റെ അകം മൊത്തത്തിൽ നിരീക്ഷിക്കുകയാണ്. വയർലെസ്സിന്റെ പ്രവർത്തനവുമെല്ലാം കൗതുകത്തോടെയാണ് അവൻ നോക്കി കാണുന്നത്.

പോലീസിന്റെ ഒരു വെള്ള ബൊലേറോ കാർ അവിടെ കിടക്കുന്ന നീല ബൊലേറോ കാറിന് സമീപം വന്ന് നിന്നു.

അതിൽ നിന്നും എസ് ഐ സ്റ്റേഷന്റെ അകത്തേക്ക് കടന്ന് അജിത്തിനെ ഒന്ന് നോക്കിയശേഷം അയാളുടെ ക്യാബിനിലേക്ക് കടന്നു.

പെട്ടെന്ത്തന്നെ സ്റ്റേഷന്റെ പുറത്ത് ചുവപ്പ് കളറുള്ള ഒരു പജിറോ കാർകൂടി വന്ന് നിന്നു.

അതിൽ നിന്നും തൂവാല കൊണ്ട് മുഖം മറച്ചു പിടിച്ച് റെഡ്ഢിയും മാടേഷും ഒരു അനുയായിയും സ്റ്റേഷന്റെ അകത്തേക്ക് കടന്നു.

പോലീസുകാർ വളരെ വിനയത്തോടു കൂടിയാണ് അയാളെ സ്വീകരിച്ചത്.

റെഡ്ഢിയും കൂട്ടരും എസ് ഐ യുടെ ക്യാബിനെ ലക്ഷ്യമാക്കി നടക്കുന്നതിനിടയിൽ അജിത്തിനെ കാണുവാൻ ഇടയായി.

അയാൾ അരിശത്തോടെ അവനെ ഉറ്റുനോക്കിയശേഷം എസ് ഐ യുടെ ക്യാബിനിലേക്ക് കടന്നു.

എസ് ഐ ഇരിക്കുന്നു. അയാൾക്ക് സമീപം ഒരു പോലീസുകാരനും നില്പുണ്ട്. അങ്ങോട്ടേക്ക് കടന്നുവന്ന റെഡ്ഢി എസ് ഐ ക്ക് അഭിമുഖമായി വന്ന് ഇരുന്നു.

അയാൾക്ക് പിന്നാലെ മാദേഷും അനുയായിയും നിലയുറപ്പിച്ചു.

റെഡ്ഢിയുടെ പ്രശ്നങ്ങൾ മുഴുവനും വിവരിക്കുന്നത് മാദേഷാണ്. എസ് ഐ അവൻ പറയുന്നത് ക്ഷമയോടെ കേട്ടിരുന്നു.

ശേഷം അജിത്തിനെ കൂട്ടികൊണ്ടുവരുവാൻ അവിടെ നിന്നിരുന്ന കോൺസ്റ്റബിൾ സുന്ദറിനോട് നിർദ്ദേശിക്കും. നിമിഷ നേരത്തിനുള്ളിൽ സുന്ദർ അജിത്തിനെ ക്യാബിനിലേക്ക് കൂട്ടിക്കൊണ്ടുവന്നു. എസ് ഐ അജിത്തിനോട് ചോദ്യങ്ങൾ ചോദിച്ചു തുടങ്ങി.

സാർ, റോഡിന് കുറുകെ സഞ്ചാര സ്വാതന്ത്ര്യം തടസ്സപ്പെടുത്തുന്ന വിധത്തിൽ വണ്ടി ഇട്ടിരിക്കുന്നത് മാറ്റുവാൻ ആവശ്യപ്പെട്ടപ്പോൾ എന്നെ ഇവർ ദേഹോപദ്രവം ചെയ്യുകയാണ് ഉണ്ടായത്.

അതിനെ പ്രതിരോധിച്ചപ്പോഴാണ് ഇങ്ങനെയൊക്കെ സംഭവിച്ചത്. അല്ലാതെ മനപ്പൂർവം ഞാൻ ഒന്നും ചെയ്തിട്ടില്ല. അതിനുശേഷം ഇവരും നാട്ടുകാരും ചേർന്ന് എന്നെ പൊതിരെ തല്ലി, ചവുട്ടിക്കൂട്ടുകയാണ് ഉണ്ടായത്. ഇടയ്ക്ക് കയറി മാദേഷ് പറഞ്ഞു : സാർ, ഇലക്ഷൻ ആണല്ലോ വരാൻ പോകുന്നത്, എതിർ പാർട്ടിക്കാർ വല്ല നക്കാപിച്ചയും കൊടുത്ത് പറഞ്ഞുവിട്ടതായിരിക്കും ഇവനെ.

ഒന്ന് വിരട്ടി ചോദിച്ചാൽ അവൻ സത്യം മുഴുവനും പറയും മാത്രവുമല്ല അവിടെ സി സി ടി വി ക്യാമറ ഉണ്ടല്ലോ, അത് പരിശോധിച്ചാൽ സാറിന് കാര്യങ്ങൾ വ്യക്തമാകും.

തൽസമയം അജിത്ത് പറയും, "എങ്കിൽ സാർ അവിടുത്തെ സി സി ടി വി ഒന്ന് പരിശോധിക്കണം". മാദേഷിന്റെ വിടുവായത്തരം മനസ്സിലാക്കിയ എസ് ഐ റെഡ്ഢിയെ സൂക്ഷിച്ച് നോക്കി.

റെഡ്ഢി മാദേഷിനെയും നോക്കി.

മാദേഷ് റെഡ്ഢിയെയും എസ് ഐ യെയും മാറിമാറി നോക്കുകയാണ്.

നിമിഷ നേരം കൊണ്ട് അവിടെ ഒരു കള്ളക്കളി ഉടലെടുത്തു. സി സി ടി വി യുടെ കാര്യം അയാൾ നോക്കിക്കൊള്ളാമെന്ന് പറഞ്ഞ് എസ് ഐ അജിത്തിനോട് ചൂടാകും.

മാത്രവുമല്ല ഇവനെ കൊണ്ടുപോയി പ്രോപ്പർട്ടിയെല്ലാം ഊരി വാങ്ങി അവിടെത്തന്നെ നിർത്തുവാനും പറയും.

കോൺസ്റ്റബിൾ സുന്ദർ അജിത്തിന്റെ കൈയിൽ പിടിച്ച് ക്യാമ്പിന് പുറത്തേക്ക് കൊണ്ടുപോകും.

പെട്ടെന്ന് തന്നെ സുന്ദർ അജിത്തിനെ ലോക്കപ്പിന്റെ അരികിൽ മറ്റു പ്രതികൾക്കൊപ്പം കൊണ്ടുചെന്ന് നിർത്തി.

അവിടെ പ്രതികളെ നിരീക്ഷിക്കുവാനും മറ്റും ഒരു പോലീസുകാരൻ ഇരിപ്പുണ്ട്.

കോൺസ്റ്റബിൾ അവന്റെ വസ്തുവകകളായ ജാക്കറ്റ്, ബാഗ്, ഫോൺ, പേഴ്സ്, ബെൽറ്റ്, മോതിരങ്ങൾ, വാച്ച്, ഷൂ അങ്ങിനെ എല്ലാം ഊരി വാങ്ങി അതുമായി അപ്പുറത്തേക്ക് കൊണ്ടുപോകും.

അജിത്ത് ക്ഷീണിതനായി നിൽക്കുകയാണ്.

അല്പ സമയത്തിനുള്ളിൽ എസ് ഐ യുമായുള്ള ചർച്ച കഴിഞ്ഞ് റെഡ്ഡിയും കൂട്ടരും അജിത്തിന്റെ മുന്നിലൂടെ കടന്നുപോകുമ്പോൾ ടൗവ്വൽ കൊണ്ട് മുഖം മറച്ച് പിടിച്ച റെഡ്ഡി അവനെ ദഹിപ്പിക്കുന്നവിധത്തിൽ ഒന്ന് നോക്കും.

നിന്നെ എടുത്തോളാമെന്ന ഭാവത്തിൽ മാടേഷും അവനെ നോക്കി സ്റ്റേഷന്റെ പുറത്തേക്ക് നടന്നു നീങ്ങി.

കുറച്ചു നേരത്തിനു ശേഷം എസ് ഐ യും ഒരു കോൺസ്റ്റബിളും ക്യാബിനിൽ നിന്നിറങ്ങി പ്രതികൾ നിൽക്കുന്ന സ്ഥലത്തേക്ക് നടന്നടുത്തു.

തൽസമയം അവിടെ ഉണ്ടായിരുന്ന പോലീസുകാരൻ പെട്ടെന്ന് എഴുന്നേറ്റ് എസ് ഐ ക്ക് സല്യൂട്ട് കൊടുത്തു സ്റ്റഡി ആയി നിൽക്കും.

വിനയ ഭാവത്തിൽ നിൽക്കുന്ന പ്രതികളുടെ കുറ്റങ്ങളൊക്കെ എസ് ഐ ക്ക് വിവരിച്ചു കൊടുക്കുകയാണ് ഹെഡ് കോൺസ്റ്റബിൾ.

എസ് ഐ അയാൾ പറയുന്നതെല്ലാം മൂളികേട്ടശേഷം അജിത്തിനെ നോക്കി പറയും

റെഡ്ഡി വധശ്രമത്തിനാണ് കേസ് തന്നിട്ട് പോയത്. ഇവന്റെ പേരിൽ കേസ് ചാർജ്ജ് ചെയ്ത് ഉടൻ നടപടികൾ സ്വീകരിക്കണം.

ഇത് കേട്ട് അജിത്ത് ഞെട്ടി. എസ് ഐ യും ഹെഡ് കോൺസ്റ്റബിളും സി ഐ യുടെ ക്യാബിനെ ലക്ഷ്യമാക്കി നടന്നു.

അജിത്ത് അവരുടെ പിന്നാലെ നടന്ന് സാർ, സാർ താൻ നിരപരാധിയാണെന്നും തന്റെ പേരിൽ കേസ് ചാർജ്ജ് ചെയ്യരുതെന്നും സങ്കടത്തോടെ പറയും.

തൽസമയം അവിടെ ഉണ്ടായിരുന്ന പോലീസുകാരൻ അവനോട് അവിടെ പോയി നിൽക്കുവാൻ പറയും.

ക്ലോക്കിൽ സമയം 18 .30 സൂചിപ്പിക്കുന്നു.

സ്റ്റേഷന്റെ പ്രവർത്തനങ്ങളും പോലീസുകാരുടെ കർത്തവ്യങ്ങളും പ്രതികളുടെ ദയനീയമായ നിൽപ്പും അങ്ങിനെ എല്ലാം നോക്കികാണുകയാണ് അജിത്ത്.

സന്ധ്യയായി, ഈ സമയം മീനാക്ഷി പാചകം ചെയ്തുകൊണ്ടിരിക്കുകയാണ്. അവൾക്കൊരു കാൾ വന്നു. മറുതലയ്ക്കൽ ബെന്നറ്റ് ജോൺ.

അജിത്തിനെ സ്റ്റേഷനിൽ നിന്നിറക്കുവാൻ ഒരാളെ ഏർപ്പാടാക്കിയിട്ടുണ്ട്. കുന്തൻ അയാളുമായി സ്റ്റേഷനിൽ വരും. താൻ ഇപ്പോൾ സ്റ്റേഷനിലേക്കുള്ള ഡ്രൈവിങ്ങിൽ ആണ്. പേടിക്കാനൊന്നുമില്ല. ഒമ്പത് മണിക്കുള്ളിൽ അജിത്ത് വീട്ടിൽ എത്തിച്ചേരും. ധൈര്യമായി ഇരിക്കണം. ഇത്രയും പറഞ്ഞ് അയാൾ കാൾ കട്ട് ചെയ്തു.

തൽസമയം ബണ്ടാര ബൊമ്മനഹള്ളി പോലീസ് സ്റ്റേഷന്റെ എതിർവശത്തുള്ള ചായക്കടയ്ക്ക് സമീപം നിൽക്കുന്ന കുന്തന് ഒരു കാൾ വന്നു. ഫോൺ എടുത്ത് നോക്കിയപ്പോൾ മീനാക്ഷിയാണ്.

അവളോട് അജിത്തിനെ ഇറക്കുവാനുള്ള ശ്രമത്തിലാണെന്നും ഒരു ഇടനിലക്കാരനെ സെറ്റ് ചെയ്തിട്ടുണ്ടെന്നും പേടിക്കാനൊന്നുമില്ലയെന്നും ബെന്നറ്റ് ജോൺ അറിയിച്ചതായി പറയും.

ഈ സമയം അവിടെ ഒരു മുന്തിയ തരം കാർ വന്നുനിന്നു. അതിന്റെ വിൻഡോ പാനൽ മെല്ലെ താഴ്ന്നു. അവരുടെ സി ഇ ഒ ബെന്നറ്റ് ജോൺ ആണ്.

പെട്ടെന്ന് ഒരാൾ ആ കാറിന് സമീപം ചെന്ന് ബെന്നറ്റ് ജോണുമായി എന്തോ സംസാരിക്കും.

അയാൾക്ക് സമീപം തന്നെ കുന്തനും ചെന്നു നിന്നു.

സ്റ്റേഷനിൽ ചെന്ന് എസ് ഐ യുമായി സംസാരിച്ച് ഉടനെ അജിത്തിനെ ഇറക്കണം. കള്ളകേസിലൊന്നും അവനെ കുടുക്കാതെ ശ്രദ്ധിക്കണം. പൈസയുടെ എന്താവശ്യം വന്നാലും തന്നെ വിളിച്ചാൽ മതി.

അയാൾ ശരിയെന്ന ഭാവത്തിൽ ഓകെ പറയും.

ബെന്നറ്റ് ജോൺ എങ്കിൽ ശരിയെന്ന് പറഞ്ഞ് കാറെടുത്ത് മുന്നോട്ട് പാഞ്ഞു.

ബെന്നറ്റ് ജോൺ ഏർപ്പാടാക്കിയ ഇടനിലക്കാരനാണ് അയാൾ. പേര് രഘു. കുന്തനും രഘുവും റോഡ് ക്രോസ് ചെയ്ത് സ്റ്റേഷന്റെ കവാടം കടന്നു. അവർ നടന്ന് എസ് ഐയുടെ ക്യാബിനിലേക്ക് കയറിച്ചെന്നു.

ഈ സമയം എസ് ഐ ഒരു ഫോൺ കാളിൽ ആയിരുന്നു. മാത്രവുമല്ല വയർലെസ്സ് മെസ്സേജുകൾ പാസ് ചെയ്യന്ന ശബ്ദവും കേൾക്കാം.

എസ് ഐ അവരോട് ആംഗ്യ ഭാഷയിൽ വിരൽ ചൂണ്ടി ഇരിക്കാൻ പറഞ്ഞു.

അവർ ഇരിക്കുന്നതിനിടയിൽ അയാൾ കാൾ കട്ട് ചെയ്ത് എന്താ വിശേഷമെന്ന് ചോദിക്കും.

ചൂഡസാന്ദ്രയിൽ ഒരു അടിപിടി കേസുമായി ബന്ധപ്പെട്ട് അജിത്ത് എന്ന പേരിലുള്ള ഒരാളെ ഇവിടെ കൊണ്ടുവന്നിട്ടുണ്ട്. ആ പ്രശ്നം ഒത്തുതീർപ്പിലാക്കുവാൻ വേണ്ടി വന്നതാണ്.

എസ് ഐ ഉടനെ മേശയ്ക്ക് മേലിരുന്ന ബെല്ലിൽ വിരലമർത്തി. അപ്പോഴേക്കും ഹെഡ് കോൺസ്റ്റബിൾ വെങ്കിട്ട് സ്വാമി അവിടെയെത്തി സല്യൂട്ട് അടിച്ചു നിന്നു.

റെഡ്ഡി തന്ന കേസിലെ പ്രതിക്കുവേണ്ടി ഒത്തുതീർപ്പിന് വന്നവരാണ് ഇവർ. അവർക്ക് എന്താ വേണ്ടതെന്ന് വെച്ചാൽ ചെയ്തുകൊടുക്ക്.

ശേഷം വെങ്കിട്ട് സ്വാമിയെ ചൂണ്ടി രഘുവിനോട് പറയും, ഈ സാറിന്റെ കൂടെ പോയിക്കൊള്ളൂ, അതിന്റെ നടപടി ക്രമങ്ങൾ അദ്ദേഹം പറഞ്ഞുതരും.

വെങ്കിട്ട് സ്വാമി "സാർ" എന്ന് പറഞ്ഞ് സ്റ്റഡി ആയി നിന്ന ശേഷം പുറത്തേക്ക് കടന്നു.

രഘു എഴുന്നേറ്റ് അയാളെ അനുഗമിച്ചു. കൂടെ കുന്തനും അനുഗമിച്ചപ്പോൾ കുന്തൻ ഇവിടെ നിന്നാൽ മതിയെന്നും അവർ പോയിട്ട് വരുമെന്നും എസ് ഐ പറഞ്ഞു.

ഹെഡ് കോൺസ്റ്റബിൾ വെങ്കിട്ട സ്വാമിയും രഘുവും ഇടനാഴിയിലെ ഒരു ഒഴിഞ്ഞ ഭാഗത്ത് എത്തി നിന്നു.

"അള്ളാ രാമകൃഷ്ണ റെഡ്ഡി കൊലപാതക ശ്രമത്തിനുള്ള പരാതി തന്നിട്ടാണ് പോയിരിക്കുന്നത്. വെങ്കിട്ട് സ്വാമി രഘുവിനോട് കാര്യങ്ങൾ പറഞ്ഞുതുടങ്ങി.

"ഇവിടുത്തെ നടപടി ക്രമങ്ങളൊക്കെ രഘുവിന് അറിയാമല്ലോ?"

ഇലക്ഷനൊക്കെയാണ് വരാൻ പോകുന്നത്. പ്രശ്നം ഞങ്ങൾ സോൾവ് ചെയ്തു തരാം. ചുരുങ്ങിയത് അഞ്ചുലക്ഷം രൂപയെങ്കിലും കൊടുക്കാതെ ഈ പ്രശ്നം പരിഹരിക്കപ്പെടാൻ സാധ്യതയില്ലെന്നാണ് എന്റെ വിശ്വാസം.

എങ്കിൽ ഈ കാര്യം അവരുമായി സംസാരിച്ച് പ്രശ്നം വേഗം പരിഹരിക്കാമെന്ന് രഘു അയാൾക്ക് ഉറപ്പ് കൊടുത്തു.

എസ് ഐ യുടെ ക്യാബിനിലേക്ക് കയറി ചെല്ലുകയാണ് വെങ്കിട്ട് സ്വാമിയും രഘുവും.

ഈ സമയം എസ് ഐ അജിത്തിന്റെ വിവരങ്ങളെല്ലാം കുന്ദനോട് ചോദിച്ച് മനസിലാക്കിക്കൊണ്ടിരിക്കുകയാണ്.

അവർ സംസാരിച്ച് ഉറപ്പിച്ച നടപടി ക്രമങ്ങൾ എസ് ഐ യെ വെങ്കിട്ട് സ്വാമി ധരിപ്പിച്ചു. എങ്കിൽ ഈ വിഷയം അജിത്തിനെയും ധരിപ്പിച്ചുകൊള്ളുവാൻ രഘുവിനോട് എസ് ഐ പറയും,

രഘുവും കുന്തനും ആ ക്യാബിൻ വിട്ട് പുറത്തേക്കിറങ്ങി. വരാന്തയിലൂടെ കുന്തനും രഘുവും ലോക്കപ്പിനു സമീപം നിർത്തിയിരിക്കുന്ന അജിത്തിന്റെ അടുത്ത് വന്ന് വെങ്കിട്ട് സ്വാമി നിർദേശിച്ച ഉപായം അവനെ ധരിപ്പിക്കും.

പക്ഷേ അജിത്തിന്റെ പക്കൽ അത്ര വലിയ തുകയൊന്നുമില്ലെന്നും ചുരുങ്ങിയ തുക മാത്രമേ ബാങ്ക് അക്കൗണ്ടിൽ ഉള്ളൂവെന്നും സാലറി അഡ്വാൻസും കൂടി ഒരു അൻപതിനായിരം രൂപയാക്കി കൊടുക്കുവാൻ താൻ തയ്യാറാണെന്നും പറയും.

മാത്രവുമല്ല ഭാര്യയുമായി ഈ വിഷയം സംസാരിക്കുവാൻ ഒരവസരം ഉണ്ടാക്കിത്തരുമോയെന്ന് അവൻ ചോദിച്ചു.

അതിനെന്താ കുന്തന്റെ ഫോണിൽ നിന്ന് വിളിച്ചോളൂ.

കുന്തൻ ഉടനെ ഫോൺ എടുത്ത് അജിത്തിന് നേരെ നീട്ടിയിട്ട് പറയും

"ഉണ്ടായ സംഭവങ്ങളെല്ലാം മീനാക്ഷിയെ വിളിച്ച് അറിയിച്ചിട്ടുള്ളതാണ്. ടെൻഷൽ ആകാതെ കാര്യങ്ങൾ മാത്രം സംസാരിച്ചുകൊള്ളുക.

അജിത്ത് അവന്റെ പക്കൽ നിന്നും ഫോൺ വാങ്ങി മീനാക്ഷിയെ വീഡിയോ കാൾ ചെയ്ത് വിവരങ്ങൾ പറഞ്ഞ് അവളെ ആശ്വസിപ്പിക്കും.

ഈ രംഗം കണ്ട് അവിടെ ഉണ്ടായിരുന്ന പോലീസുകാരന് ഇഷ്ടപ്പെട്ടില്ല.

അയാൾ "ഇതൊന്നും ഇവിടെ അനുവദിക്കുകയില്ല " എന്ന് ഉച്ചത്തിൽ രഘുവിനോട് പറയും.

കുഴപ്പമില്ല എന്ന മട്ടിൽ രഘു അയാളെ കൈകൊണ്ട് ആംഗ്യം കാട്ടി ഇരിക്കുവാൻ പറയും.

ഈ സമയം വെങ്കിട്ട് സ്വാമി അവർക്ക് സമീപം കടന്ന് വന്ന് രഘുവിനെ വിളിച്ച് എസ് ഐ യുടെ ക്യാബിന്റെ മുന്നിലേക്ക് കൊണ്ടുപോയി.

അജിത്തിന് ടെൻഷൻ ആയി, അവർ ചോദിക്കുന്ന പണമൊന്നും തന്റെ കൈയിലില്ല. ചുരുങ്ങിയ പണമേയുള്ളൂ. എന്ത് ചെയ്യും?

അജിത്ത് അതിൽ ടെൻഷൻ ആകേണ്ട. ബെന്നറ്റ് ജോൺ തരപ്പെടുത്തിയ ഇടനിലക്കാരനാണ് രഘു. പണമൊക്കെ അവർ സെറ്റിൽ ചെയ്തു കൊള്ളും.

സത്യത്തിൽ താൻ ഒരു തെറ്റും ചെയ്തിട്ടില്ല. പിന്നെ എന്തിന് ഇവർക്ക് കൈക്കൂലി കൊടുക്കണം? അവരെല്ലാം സമൂഹത്തിൽ വലിയ പിടിപാടുള്ള ആളുകളാണ്. മാത്രവുമല്ല കഴുത്തിന് മേലെയാണ് അയാൾക്ക് പരിക്ക് പറ്റിയിരിക്കുന്നത്. അതുകൊണ്ട് ഇവിടെ നിന്നും എങ്ങിനെയെങ്കിലും ഊരിപ്പോകുന്നതായിരിക്കും നല്ലത്.

"അങ്ങിനെയാണെങ്കിൽ കുന്തൻ ഒരു ഉപകാരം ചെയ്യണം. ഇവർ കൈക്കൂലി ഇടപാടുകൾ നടത്തുന്ന എന്തെങ്കിലും തെളിവ് ശേഖരിക്കണം. അത് മീനാക്ഷിയെ ഒന്ന് ബോധ്യപ്പെടുത്തുവാനാണ്. "

കുന്തൻ ശ്രമിക്കാമെന്ന് പറഞ്ഞ് അപ്പുറത്തേക്ക് നടന്നു.

ഈ സമയം ക്യാബിനിൽ ഇരുന്നുകൊണ്ട് എസ് ഐ അജിത്തിന്റെ ഫയൽ പരിശോധിക്കുകയാണ്. സമീപം തന്നെ വെങ്കിട്ട് സ്വാമിയും നിൽപ്പുണ്ട്. തൊട്ടടുത്ത് കൈയും കെട്ടി കുന്തനും രഘുവും നിശബ്ദരായി നിൽക്കുന്നു.

അയാൾ ഫയൽ മടക്കി ഫോണെടുത്ത് രാമകൃഷ്ണ റെഡ്ഡിയെ വിളിച്ചു.

"അവൻ പ്രശ്നക്കാരനൊന്നുമല്ല. കുറച്ച് നാളെ ആയുള്ളൂ ഇവിടെ വന്നിട്ട്. ഒരു ഐ ടി കമ്പനിയിലാണ് ജോലി ചെയ്യുന്നത്. അന്വേഷണത്തിൽ കൈയബദ്ധം പറ്റിയതാണെന്ന് തെളിഞ്ഞിട്ടുണ്ട്.

"താങ്കൾ തന്ന ഹർജ്ജിയിൻമേൽ എഫ് ഐ ആർ ഇട്ടാൽ ചുരുങ്ങിയത് നാലുദിവസമെങ്കിലും അവൻ അകത്ത് കിടക്കേണ്ടിവരും. "

"ചിലവായതിന്റെ നഷ്ടം വാങ്ങി പറഞ്ഞുവിടാവുന്നതേയുള്ളൂ. "

"എന്താ ചെയ്യേണ്ടത്?"

മറുതലയ്ക്കൽ നിന്നും രാമകൃഷ്ണ റെഡ്ഡിയുടെ കർക്കശമായ സംഭാഷണം കേട്ട അയാൾ, ശരി, നോക്കാം, എന്നെല്ലാം പറഞ്ഞ് കാൾ വിച്ഛേദിച്ച ശേഷം വെങ്കിട്ട് സ്വാമിയെ നോക്കി. അവനെ അങ്ങിനെയൊന്നും വിടാൻ പറ്റില്ല! ഗുരുതരമായ തെറ്റാണ് ചെയ്തിരിക്കുന്നത് എന്ന് പറയും.

പ്രശ്നം പരിഹരിക്കപ്പെടണമെങ്കിൽ ഒരു തുക തന്നെ ചിലവഴിക്കേണ്ടിവരും.

അല്ലെങ്കിൽ അവന്റെ വസ്തു വാഹകളെല്ലാം എടുത്ത് എഫ് ഐ ആർ ഇട്ട് കേസ് ഇന്നുതന്നെ ചാർജ്ജ് ചെയ്യുവാൻ പറയും.

എത്രയും പറഞ്ഞ് എസ് ഐ ക്യാമ്പിന് പുറത്തേക്കിറങ്ങി. അയാളെ അനുഗമിച്ച് വെങ്കിട്ട് സ്വാമിയും രഘുവും കുന്തനും നടന്നു.

എസ് ഐ നടന്ന് ജി ഡി എൻട്രിയിലെ പോലീസുകാരനും മറ്റു ഉദ്യോഗസ്ഥർക്കും വേണ്ട നിർദ്ദേശങ്ങൾ നൽകി സ്റ്റേഷന് പുറത്തേക്കിറങ്ങി.

രഘുവും കുന്തനും അയാൾക്ക് സമീപം ചെന്ന് എന്തെങ്കിലും
വിട്ടുവീഴ്ച ചെയ്തുതരണമെന്ന് പറയും.

വെങ്കിട്ട് സ്വാമിയേ കണ്ടാൽ മതി. അയാൾ വേണ്ടത് പോലെ
തരപ്പെടുത്തി തരുമെന്ന് പറഞ്ഞ് എസ് ഐ രാത്രികാല
പട്രോളിംഗിനായി വണ്ടിയിൽ കയറി പുറത്തേക്ക് പോയി.

വെങ്കിട്ട് സ്വാമി അയാളുടെ കൃത്യനിർവഹണത്തിനുശേഷം
കുന്തന്റെയും രഘുവിന്റെയും സമീപം വന്നിട്ട് ചോദിക്കും
"എന്തെങ്കിലും പുരോഗമനം ഉണ്ടായോ ?" എന്ന്.

വെങ്കിട്ട് സ്വാമിസാറിനെ കാണുവാനാണ് എസ് ഐ സാർ പറഞ്ഞത്.

എന്നെ കണ്ടിട്ട് ഒരു കാര്യവുമില്ല. പറഞ്ഞ തുക തന്നെ വേണമെന്നാണ്
എസ് ഐ സാർ പറയുന്നത്. മുകളിൽ നിന്നും അത്രയ്ക്ക് സമ്മർദ്ദമുണ്ട്.

എന്തെങ്കിലും ചെയ്ത് അവനെ റിലീസ് ചെയ്യുവാൻ നോക്ക്. അല്ലെങ്കിൽ
കേസ് വഷളാകും.

അത്രയും പറഞ്ഞ് അയാൾ അപ്പുറത്തേക്ക് കടന്നു.

വെങ്കിട്ട് സ്വാമിയുടെ സംസാര ശൈലി രഘുവിന് വല്ലാത്ത കുറച്ചിലായി.
അവൻ വെപ്രാളത്തോടെ ഫോണെടുത്ത് അങ്ങോട്ടുമിങ്ങോട്ടും നടന്ന്
ഒടുവിൽ ഒരു നമ്പർ തിരഞ്ഞ് പിടിച്ച് അതിലേക്ക് വിളിക്കും.

ജീപ്പിൽ നൈറ്റ് പെട്രോളിംഗിന് ഇറങ്ങിയ എസ് ഐ സിംഗപ്പക്ക്
ഒരു വാട്ട്സ്ആപ്പ് വീഡിയോ കോൾ വന്നു. അയാൾ ഫോണെടുത്ത്
നോക്കിയപ്പോൾ സ്ക്രീനിൽ കട്ടയ്യ എംവിഡി ഇൻസ്പെക്ടർ
അത്തിബെലെ ചെക്ക്പോസ്റ്റ് എന്നെഴുതി കാണിക്കുന്നു. ആ
വീഡിയോ കോളിന്റെ പിന്നാമ്പുറത്ത് എംവിഡി ഇൻസ്പെക്ടറുടെ
കീഴിൽ വാഹന പരിശോധന നടന്നുകൊണ്ടിരിക്കുകയാണ്. ഒരു
വശത്ത് ട്രക്ക് ലോറികൾ പിടിച്ചു ഇട്ടിരിക്കുന്നു. അതിൽ
കൂടുതലും ജെഡിജെ ഗ്രുപ്പിന്റെ ട്രക്കുകളാണ്. മറുവശത്ത് ചെറിയ
വാഹനങ്ങളുടെ പരിശോധനയും നടക്കുന്നുണ്ട്. പിടിച്ചിട്ടിരിക്കുന്ന
ലോറകളുടെയരികിലൂടെ നടക്കുകയാണ് ഇൻസ്പെക്ടർ കട്ടയ്യ.

എസ്ഐ സിംഗപ്പയോട് പറയുകയാണ്, "അതൊക്കെ റിലീസ്
ചെയ്തുകൊടുക്കണം സാർ. മുകളിൽ നിന്നും ഇൻസ്പെക്ടർക്ക് വലിയ
സമ്മർദ്ദമുണ്ട്."

'അതെങ്ങിനെ സാധിക്കും സിങ്കപ്പാ? ഇത്രയും നാൾ ജി എസ് ടി വകുപ്പിനെയും എക്സൈസ് വകുപ്പിനെയും പിന്നെ നമ്മുടെ വകുപ്പിനെയും അടിമകളെപ്പോലെയല്ലേ അവർ കണ്ടിരുന്നത്"

"ഈ റിട്ടയർമെന്റിന്റെ സമയത്തെങ്കിലും എനിക്ക് എന്റെ അധികാരം ഉപയോഗപ്പെടുത്തേണ്ടേ ?"

"എങ്കിൽ എന്താണെന്ന് വെച്ചാൽ നീ ആലോചിച്ച് തീരുമാനമെടുത്തിട്ട് സാറിനെ ഒന്ന് അറിയിക്കണം" എസ് ഐ സിങ്കപ്പ പറഞ്ഞു നിർത്തി.

ഈ സമയം വെയിറ്റിങ് ലോഞ്ചിൽ ഇരിക്കുന്ന കുന്തനും രഘുവും അവിടേക്ക് കടന്നുവരുന്ന ഒരു കോൺസ്റ്റബിൾ, രഘു ആരാണെന്ന് ഉച്ചത്തിൽ ചോദിക്കും.

രഘു എഴുന്നേറ്റ് താനെണെന്ന് പറയും

"സി ഐ വിളിക്കുന്നുണ്ട് അകത്തേക്ക് ചെന്നോളൂ "

അവൻ വേഗം സി ഐ യുടെ ക്യാബിനിലേക്ക് കടന്നുചെന്നു.

ഞൊടിയിടയിൽ പോയപോലെ രഘുവും വെങ്കിട്ട് സ്വാമിയും പുറത്തേക്ക് വന്ന് കുന്തൻ ഇരിക്കുന്ന ലോഞ്ചിന് സമീപം വന്ന് നിന്നു.

ഈ സമയം കുന്തൻ അവന്റെ അനലോഗ് സ്പൈ റിസ്റ്റ് വാച്ചിന്റെ ക്യാമറ ഓണാക്കി അവർക്ക് സമീപം ചെന്ന് നിൽക്കും.

വെങ്കിട്ട് സ്വാമിയും രഘുവും കൈക്കൂലിയുമായി ബന്ധപ്പെട്ടുള്ള കാര്യമാണ് സംസാരിക്കുന്നത്.

ഒരു ലക്ഷം രൂപയ്ക്ക് പ്രശ്നം ഒതുക്കി തീർക്കാമെന്ന് വെങ്കിട്ട് സ്വാമി രഘുവിന് ഉറപ്പ് കൊടുത്തു.

പണം എ) ടി എം ൽ പോയി എടുത്തിട്ട് വരാമെന്ന് പറഞ്ഞ് രഘു സ്റ്റേഷന്റെ പുറത്തേക്കിറങ്ങി.

വെങ്കിട്ട് സ്വാമി ജി ഡി എൻട്രിയിലെ ഡയറി പരിശോധിക്കുവാൻ അപ്പുറത്തേക്ക് പോകും.

കുന്ദൻ വീണ്ടും ലോഞ്ചിൽ ചെന്നിരുന്ന് വാച്ചിലെ റെക്കോർഡിങ് ഓഫ് ചെയ്യും.

എ ടി എം ൽ നിന്നും പണവുമായി തിരിച്ചു വന്ന രഘു അരണ്ട വെളിച്ചമുള്ള ഒരു മുറിയിൽ വെച്ച് കൈക്കൂലി പണം വെങ്കിട്ട് സ്വാമിക്ക് കൈ മാറുകയാണ്.

വെങ്കിട്ട് സ്വാമിയുടെ നിർദ്ദേശപ്രകാരം അജിത്തിന്റെ പ്രോപ്പർട്ടീസ് എല്ലാം എടുത്തുകൊടുക്കുന്ന സി പി ഒ പ്രഭു, പണം കൈപ്പറ്റി തിരികെ വന്ന് നിൽക്കുന്ന വെങ്കിട്ടസ്വാമയെ നോക്കികൊണ്ട് അജിത്ത് പറഞ്ഞു, "സർ, എന്റെ ബുള്ളറ്റിന്റെ ആർസീ ബുക്കും ഒരു കൈച്ചെയിനും ഇതിൽ കാണുന്നില്ല!"

"നീ നാളെ രാവിലെ വന്ന് എസ് ഐയെ കാണണം. രാമകൃഷ്ണറെഡ്ഡി പരാതി കൊടുത്തതിനാൽ അത് കോടതി മുഖാന്തരമേ വാങ്ങിക്കുവാൻ പറ്റുകയുള്ളൂ."

എന്ന് പറഞ്ഞ് കോൺസ്റ്റബിൾ അവനെ മോചിപ്പിച്ചു.

അജിത് അയാളോട് നന്ദി പറഞ്ഞ് അണ്ണാ രഘുവുമായി കുന്തനേയും കൂട്ടി അവിടെ നിന്നും പുറത്തേക്കിറങ്ങി.

പെട്ടെന്നാണ് അജിത്തിനു ഒരു കാര്യം ഓർമ്മ വന്നത്. അവൻ അവരോട് ഇപ്പോൾ വരാമെന്ന് പറഞ്ഞ് വീണ്ടും സ്റ്റേഷനകത്തേക്ക് കടന്നു.

അവനെ കണ്ട് വെങ്കിട്ട്സ്വാമി ചോദിച്ചു, "നീയെന്താ പോയില്ലേ ?"

'ഇല്ല സാർ, ഞാൻ പോയില്ല! എനിക്കങ്ങനെ പോകാൻ സാധിക്കില്ല സാർ, എന്റെ കല്യാണം കഴിഞ്ഞിട്ട് ഒരാഴ്ച ആകുന്നതേയുള്ളൂ. ഭാര്യ അറിഞ്ഞു ഞാൻ പോലീസ് സ്റേഷനിലാണെന്ന്. അവളെ ഒന്ന് ബോധ്യപ്പെടുത്താനായി എനിക്കൊരു രസീത് വേണം "

"എന്ത് രസീത്? അയാൾ കന്നഡയിൽ ചോദിച്ചു. വീണ്ടും അവൻ രസീത് വേണമെന്ന് ആവശ്യപ്പെടുകയാണ്. അജിത് പറയുന്നത് കോൺസ്റ്റബിളിനു മനസ്സിലാകുന്നില്ല! ഒടുവിൽ അയാൾ കൈ ഉയർത്തി രഘുവിനെ വിളിച്ചു.

രഘു കോൺസ്റ്റബിളിനു മുന്നിലെത്തി. അജിത്ത് പറയുന്നത് കന്നഡയിൽ അയാൾക്ക് വിശദീകരിച്ചു കൊടുത്തു.

ഇത്രയും നേരം അജിത് സ്റേഷനിലിരുന്നുവെന്ന് ഭാര്യയെ കാണിക്കുവാൻ ഒരു പെറ്റിയടച്ചതിന്റെ രസീതാണ് അവൻ ആവശ്യപ്പെടുന്നത്.

ജിഡി എൻട്രി മേശയ്ക്ക് സമീപം ഇരിക്കുന്ന ബസവരാജയോട് എന്തെങ്കിലും ഒരു പെറ്റിയെഴുതി അതിന്റെ രസീത് അവന് കൊടുക്കുവെന്ന് പറഞ്ഞ അയാൾ മറുവശത്തേക്ക് കടക്കവേ, പിന്നിൽ നിന്ന് അജിത്ത് , "സാർ... സാർ... ഒരു സെക്കന്റെ" എന്ന് പറഞ്ഞ് തിരികെ വിളിച്ചു. അയാൾ അജിത്തിന്റെ മുന്നിൽ തിരിഞ്ഞ് നിന്നു.

"സാർ, എന്റെ ബുള്ളറ്റ് രാമകൃഷ്ണറെഡ്ഡിയുടെ വീടിനു സമീപമാണ് ഉള്ളത്. അതിന്റെ താക്കോൽ അദ്ദേഹത്തിന്റെ അനുയായിയുടെ പക്കലുണ്ട്. ആ താക്കോൽ വാങ്ങി തന്നാൽ എനിക്ക് എന്റെ വണ്ടി എടുക്കാമായിരുന്നു."

കോൺസ്റ്റബിൾ സൂക്ഷമായി അജിത്തിനെ ഒന്ന് നോക്കി, എന്നിട്ട് പറഞ്ഞു,"നീ നാളെ രാവിലെ വാ. സിങ്കപ്പാ സാറുമായി സംസാരിച്ചിട്ട് വണ്ടി നമുക്ക് എടുക്കാം. എന്താ പോരെ ?"

അവൻ ശരി എന്ന മട്ടിൽ തലയാട്ടി. ഈ സമയം ബസവരാജ രസീതുമായി വന്ന് അവനു നേരെ നീട്ടി.

പക്ഷെ, രസീത് വാങ്ങിയത് കോൺസ്റ്റബിൾ വെങ്കിട്ട് സ്വാമിയായിരുന്നു. അയാൾ ആ രസീത് വായിച്ചു നോക്കി എന്നിട്ട് കോൺസ്റ്റബിളിനോട് പറഞ്ഞു, "ചിക്ക ബേഗൂർ മെയിൻ റോഡിൽ വെച്ച് ചൂഡസാന്ദ്ര ജംഗ്ഷനു സമീപം അജിത്തിന്റെ ബുള്ളറ്റും ഒരു സ്കോർപ്പിയോ കാറുമായി അപകടം ഉണ്ടായി. ബുള്ളറ്റ് മറിഞ്ഞു വീണു. മറ്റു പ്രശ്നങ്ങളൊന്നുമില്ലാത്തതിനാൽ ഒത്തുതീർപ്പായി. അജിത്തിന് ഒരു പ്രശ്നവും ഇല്ല" എന്നും എഴുതി വാങ്ങിയിട്ട് ഈ രസീത് അവനു കൊടുത്താൽ മതിയെന്ന് പറഞ്ഞ് ആ രസീത് തിരികെ പോലീസുകാരന് കൊടുത്തു. ശേഷം അജിത്തിനോട് ആ പോലീസുകാരനോടൊപ്പം ചെന്ന് മൊഴി രേഖപ്പെടുത്തിക്കൊടുക്കുവാനും പറഞ്ഞു.

അണ്ണാ രഘു കുന്തനുമായി സംസാരിച്ച് തൊട്ടപ്പുറത്തുതന്നെ നിൽപ്പുണ്ട്.

തൽസമയം ആ പോലീസുകാരൻ അജിത്തിനെ അകത്തേക്ക് കൂട്ടിക്കൊണ്ടുപോയി. കോൺസ്റ്റബിൾ പറഞ്ഞുകൊടുത്തതുപോലെ എഴുതിപ്പിച്ചു. എഴുതിയ ആ പേപ്പർ പോലീസുകാരൻ വാങ്ങി കോൺസ്റ്റബിളിനു കാണിച്ചു കൊടുത്തു. കോൺസ്റ്റബിൾ അത് വാങ്ങി "ഓക്കേ .. ഓക്കേ ... ഞാൻ രഘുവുമായി സംസാരിച്ചിട്ടുണ്ട് " എന്നും പറഞ്ഞ് അപ്പുറത്തേക്ക് പോയി.

ഈ സമയം ആ പോലീസുകാരൻ രസീത് അജിത്തിന് കൊടുത്തു. അവനത് വാങ്ങി രഘുവും കുന്ദനുമായി സ്റ്റേഷന് പുറത്തേക്കിറങ്ങി.

രഘുവിനോട് നന്ദി പറഞ്ഞു അജിത്ത് കുന്തന്റെ ബൈക്കിൽ കയറി വീട്ടിലേക്ക് യാത്രയായി.

അജിത്തിന്റെ വീടിനു മുന്നിൽ കുന്തന്റെ ബൈക്ക് വന്ന് നിന്നു. അവൻ അതിൽ നിന്നുമിറങ്ങി കുന്തനോട് ഗുഡ് നൈറ്റ് പറഞ്ഞ് ഗേറ്റ് തുറക്കുമ്പോൾ ഭാര്യ മീനാക്ഷി അവനെയും കാത്ത് നിൽപ്പുണ്ടായിരുന്നു. തീരെ അവശനാണെങ്കിലും അവളെ കണ്ടതും മുഖത്തൊരു പ്രകാശം തെളിഞ്ഞു. അജിത്തിന്റെ വരവ് കണ്ട് അവൾ ഏറെ സങ്കടപ്പെട്ടു.

അജിത്തിനെ വീട്ടിലെത്തിച്ചിട്ട് അവിടെ നിന്നും പോകാൻ ഒരുങ്ങുന്ന കുന്തനു തൽസമയം രഘുവിന്റെ കാൾ വരുന്നു. അവൻ ഫോണെടുത്ത് സംസാരിച്ചു.

ഈ സമയം വീട്ടിലേക്ക് കയറി പോവുകയായിരുന്ന അജിത്തിനെ കുന്തൻ കൈതട്ടി വിളിച്ചു പറഞ്ഞു "കോൺസ്റ്റബിൾ വെങ്കിട്ട് സ്വാമി നിന്റെ ബുള്ളറ്റ് പോയി എടുത്തോളാൻ പറഞ്ഞിട്ടുണ്ട്. രണ്ട് പോലീസുകാരെയും അവർ വിട്ട് തരും. നീ വരണ്ടാ.... ഞാനും നമ്മുടെ ഇമ്രാനും കൂടെ പോയി അത് എടുത്തുകൊള്ളാം. അവിടെ എത്തിയിട്ട് നിന്നെ വിളിച്ചു പറയാം."

അജിത്ത് അത് ശരിവെച്ച് ഭാര്യക്കൊപ്പം വീടിനകത്തേക്ക് കയറി. കുന്തൻ ബൈക്ക് സ്റ്റാർട്ട് ചെയ്ത് അവിടെ നിന്നും മുന്നോട്ട് പോയി.

ക്ഷീണിതനായി വീട്ടിൽ എത്തിച്ചേർന്ന അജിത്തിനെ പരിചരിക്കുകയാണ് മീനാക്ഷി.

അവൻ ചൂട് വെള്ളത്തിൽ കുളിച്ച് ഭക്ഷണവും കഴിച്ച് നേരത്തെ കിടക്കാൻ കയറി.

കട്ടിലിൽ ചാരി ഇരുന്ന് മീനാക്ഷിയുടെ ഫോണിൽ നിന്നും ബെന്നറ്റ് ജോണിനെ വിളിച്ച് അവൻ വീട്ടിൽ എത്തിച്ചേർന്ന കാര്യവും ലീവും അഭ്യർത്ഥിക്കുന്നു.

ശേഷം മീനാക്ഷിയോടു സംഭവം നടന്നതും സ്റ്റേഷനിൽ വെച്ച് കൈ ചെയിൻ നഷ്ടപ്പെട്ടതും ഓരോന്നായി വിവരിച്ചു കൊടുക്കും.

തൽസമയം ഒരു കാൾ വന്നു.

കുന്തൻ ബുള്ളറ്റെടുക്കുവാൻ ഒരു പോലീസുകാരനുമായി റെഡ്ഢിയുടെ ഓഫീസിൽ പോയിരുന്നു. പക്ഷെ റെഡ്ഢി ഇവരെ തുരത്തി ഓടിച്ചു വിടുകയാണ് ചെയ്തത്.

കുന്തൻ വെങ്കിട്ട് സ്വാമിയെയും വിളിച്ചിരുന്നു. "അജിത്ത് കൈക്കൂലി കൊടുത്ത് കേസിൽനിന്ന് ഒഴിവായ കാര്യം റെഡ്ഡി അറിയരുതെന്നും, നാളെ തന്നെ അജിത്ത് സ്റ്റേഷനിൽ ചെന്ന് എസ് ഐ യെ കാണുവാനാണ് പറഞ്ഞത്.

കുന്തൻ കാൾ കട്ട് ചെയ്തു. മീനാക്ഷി അജിത്തിനെ പരിചരിച്ചുകൊണ്ട് ഇരിക്കവെതന്നെ പതിയെ മയങ്ങിത്തുടങ്ങി. അജിത്ത് ലൈറ്റ് അണച്ചു.

അടുത്ത ദിവസം ആശുപത്രയിൽ നിന്നിറങ്ങി ഓട്ടോയിൽ കയറിപ്പോകുന്ന അജിത്ത്.

സ്റ്റേഷനിൽ എത്തിയ അജിത്തിനോട് എസ് ഐ, ഇല്ല, രണ്ടു ദിവസം കഴിഞ്ഞ് വരുവാൻ പറയുന്ന വെങ്കിട്ട് സ്വാമി.

സ്റ്റേഷനിൽ നിന്നും കൊടുത്ത രസീത് അയാൾക്ക് കാണിച്ചു കൊടുക്കുന്നു. അയാൾ രസീത് മടക്കി അവന്റെ കൈയിൽ തന്നെ വെച്ചുകൊടുക്കുന്നു.

ശേഷം വീട്ടിലെത്തിയ അജിത്തിനെ മീനാക്ഷി ആവി പിടിച്ച് പരിചരിക്കുന്നു.

മറ്റൊരിടത്ത് മാടേഷും കൂട്ടരും അജിത്തിന്റെ ബുള്ളറ്റിൽ മൂന്നു പേരെ കയറ്റി അങ്ങോട്ടുമിങ്ങോട്ടും ഓടിച്ച് പ്രാക്റ്റീസ് ചെയ്യുന്നു.

അവർ ബുള്ളറ്റിന്റെ ആർ സി ബുക്ക് മദ്യപിക്കുന്നതിനിടയിൽ മടക്കി പറപ്പിച്ച് രസിക്കുന്ന മാടേഷും കൂട്ടരും.

വേറൊരു ദിവസം അജിത്ത് ബസ്സിൽ യാത്ര ചെയ്യുമ്പോൾ മറ്റു പലരും അവന്റെ ബുള്ളറ്റ് ഓടിക്കുന്നത് കാണാനിടയാകുന്നു.

ഓഫീസിലെ പാർക്കിങ് ഏരിയയിൽ നിന്ന് മറ്റു ചിലർ അവരുടെ ബുള്ളറ്റ് എടുത്ത് ഓടിച്ചു കൊണ്ടുപോകുമ്പോഴുണ്ടാകുന്ന അജിത്തിന്റെ വിഷാദ ഭാവം മുഖത്ത് തളംകെട്ടി. അജിത്തിന്റെ നിസ്സഹായാവസ്ഥ കണ്ട് കുന്തൻ അവന്റെ റിസ്റ്റ് വാച്ച് തെളിവ് ശേഖരത്തിനായി അജിത്തിന് നൽകുന്നു. ഓഫീസിൽ നിന്നും പോലീസ് സ്റ്റേഷനിലേക്ക് പോകുന്നതിനിടയിൽ അജിത്ത് വെങ്കിട്ട് സ്വാമിയേ വിളിക്കുന്നു. ആ കാൾ ഫോണിൽ റെക്കോർഡ് ആക്കുന്നു.

രണ്ടുമൂന്ന് ദിവസങ്ങൾ കഴിഞ്ഞു, സ്റ്റേഷനിൽ ചെന്ന് എസ് ഐയെ കാണുന്ന അജിത്ത് അവന്റെ കൈയിലെ റിസ്റ്റ് വാച്ച് റിക്കോർഡിങ് ഓണാക്കി അയാളുമായി സംസാരിക്കുന്നു.

ശേഷം രാമകൃഷ്ണ റെഡ്ഢിയുമായി സംസാരിക്കുന്നതിനിടയിൽ അയാൾ മേശയ്ക്ക്, മുകളിരുന്ന ബെല്ലിൽ വിരലമർത്തി. പെട്ടെന്ന്തന്നെ വെങ്കിട്ട് സ്വാമിയും എ എസ് ഐ ജബ്ബാർ പാഷയും കടന്ന് വരുന്നു.

അല്പസമയത്തിനുശേഷം എസ് ഐ യുടെ നിർദ്ദേശപ്രകാരം ഒരു ബൈക്കിൽ അജിത്തും കുന്തനും മറ്റൊരു ബൈക്കിൽ ജബ്ബാർ പാഷയുമായി റെഡ്ഢിയുടെ വീട്ടിലേക്ക് പോവുകയാണ്.

പിന്നിലിരിക്കുന്ന അജിത്ത് അവർ പോകുന്നതിന്റെ ദൃശ്യം വാട്സ്ആപ്പ് വീഡിയോ സന്ദേശം മീനാക്ഷിക്ക് അയച്ചുകൊടുക്കുന്നു. അപ്പോഴേക്കും രാത്രിയായി.

ചൂഢസാന്ദ്ര ബസ്സ് സ്റ്റോപ്പിൽ ഇറക്കി കുന്തന്റെ ബൈക്ക് അവിടെ വെച്ച ശേഷം എ എസ് ഐ യുടെ ബൈക്കിൽ കയറി റെഡ്ഢിയുടെ വീട്ടിലേക്ക് പാഞ്ഞു പോകുന്നു.

എ എസ് ഐയും കുന്തനും റെഡ്ഢിയുടെ വീട്ടിൽ എത്തിച്ചേർന്നു. നീരുവന്ന മൂക്കുമായി റെഡ്ഢി അവിടെ ഇരിപ്പുണ്ടായിരുന്നു.

പോലീസുകാരനെയും കുന്തനെയും കണ്ട റെഡ്ഢി കസേരയിൽ നിന്നെഴുന്നേറ്റ് അവരോട് തട്ടിക്കേറുകയും, മാത്രവുമല്ല കുന്തനെ അടിക്കുവാനും കൈ ഉയർത്തി.

ഈ രംഗം കണ്ട എ എസ് ഐ ജബ്ബാർ പാഷ എസ് ഐ സിങ്കപ്പായെ വിളിച്ച് എന്തോ സംസാരിച്ച ശേഷം ഫോൺ റെഡ്ഢിക്ക് കൈ മാറി.

റെഡ്ഢി എസ് ഐ സിംഗപ്പയുമായി സംസാരിച്ച ശേഷം അനുയായിയോട് ബുള്ളറ്റ് എടുത്തുകൊണ്ടുവരുവാൻ പറയും.

അനുയായി ബുള്ളറ്റ് തള്ളികൊണ്ടുവന്ന് അവരുടെ മുന്നിൽ വെച്ചുകൊടുത്തു.

മാടേഷ് ബുള്ളറ്റിന്റെ താക്കോൽ ഊരിയെടുത്ത് ആ കീ ചെയിൻ അഴിച്ച് പോക്കറ്റിലിട്ടു ശേഷം താക്കോൽ ദൂരേക്ക് വലിച്ചെറിഞ്ഞു.

വേണമെങ്കിൽ ബുള്ളറ്റ് തള്ളികൊണ്ടുപോകുവാനും പറയും.

എ എസ് ഐ വണ്ടിയെടുത്ത് കുന്തനോട് വേഗം പോകണമെന്ന് ആവശ്യപ്പെടും.

കുന്തൻ ഒരു അഞ്ഞൂറിന്റെ നോട്ട് മടക്കി അയാൾക്ക് കൊടുത്തശേഷം ബുള്ളറ്റ് തള്ളിക്കൊണ്ട് പോകുന്നു.

ബസ്സ് സ്റ്റോപ്പിന് അരികിൽ ബുള്ളറ്റ് തള്ളി ക്ഷീണിതനായി വന്ന് നിൽക്കുകയാണ് കുന്തൻ.

അജിത്ത് ബുള്ളറ്റ് സൂക്ഷമമായി നിരീക്ഷിക്കുന്നതിനിടയിൽ വേഗം തന്നെ ഇവിടെനിന്ന് രക്ഷപ്പെടാമെന്ന് കുന്തൻ പറയും.

ഡ്യൂപ്ലിക്കേറ്റ് താക്കോലുപയോഗിച്ച് ബുള്ളറ്റ് സ്റ്റാർട്ട് ചെയ്ത് അവർ ദൂരത്തേക്ക് മറഞ്ഞു.

വീട്ടിൽ അജിത്തിനെയും കാത്ത് മീനാക്ഷി ബാൽക്കണിയിൽ നിൽക്കുകയാണ്.

ബുള്ളറ്റിന്റെ ശബ്ദം കേട്ട അവൾ വേഗത്തിൽ താഴേക്കിറങ്ങി വന്നു.

അജിത്ത് ബുള്ളറ്റിൽ വന്നിറങ്ങി. മീനാക്ഷി ബുള്ളറ്റിനെ ദയനീയമായി നോക്കി കാണുകയാണ്.

അടുത്ത ദിവസം അജിത്ത് അവന്റെ ബുള്ളറ്റിൽ ഓഫീസിലേക്ക് പോവുകയാണ്. പക്ഷെ ബുള്ളറ്റ് ഇടയ്ക്കിടെ ഇന്ധനത്തിന്റെ മിസ്സിംഗ് കാണിച്ച് ഓഫ് ആയിപോകുന്നു.

അവൻ ബുള്ളറ്റ് തള്ളി വർക്ക് ഷോപ്പിൽ എത്തിക്കും.

മെക്കാനിക് ബുള്ളറ്റ് പരിശോധിച്ചപ്പോൾ പെട്രോൾ ടാങ്കിൽ ഡീസൽ നിറച്ചിരിക്കുന്നു. ഇനി ടാങ്കും മറ്റും അഴിച്ച് ക്ലീൻ ചെയ്യണം. വേണ്ടത് ചെയ്യാൻ പറഞ്ഞ് അജിത്ത് ചായകുടിക്കുവാൻ പോകും.

ചായ കുടിക്കുന്നതിനിടയിൽ ബെന്നറ്റ് ജോണിനെ വിളിച്ച് വണ്ടി ബ്രേക്ക് ഡൗൺ ആയ കാര്യം പറയും.

ചായ കുടി കഴിഞ്ഞ് വന്നപ്പോൾ ബുള്ളറ്റ് അസ്ഥികൂടംപോലെയാക്കി വെച്ചിരിക്കുന്നു. അതിന്റെ പൊടിപിടിച്ച മഡ് ഗാർഡിൽ വിരൽ കൊണ്ട് നേരത്തേ എപ്പോഴോ എ ആർ ആർ എന്ന് എഴുതി വെച്ചിരിക്കുന്നത് ശ്രദ്ധയിൽ പെടുന്നു. ഒടുവിൽ ബുള്ളറ്റിന്റെ പണികഴിഞ്ഞ് പൈസ ഗൂഗിൾ പേ ചെയ്ത് അജിത്ത് ഓഫീസിലേക്ക് പോയി.

ഓഫീസി ഡ്യൂട്ടി കഴിഞ്ഞ് റോയൽ എൻഫീൽഡിന്റെ ഷോറൂം സന്ദർശിച്ച് വണ്ടി റിപ്പയർ ചെയ്യുവാനുള്ള എസ്റ്റിമേറ്റ് തയ്യാറാക്കി അവിടെ നിന്നും തിരിച്ചു.

രണ്ടുദിവസത്തിനുശേഷം സ്റ്റേഷനിൽ ചെന്ന് എസ് ഐ സിങ്കപ്പയോട് ബുള്ളറ്റ് കിട്ടിയ കാര്യവും ഹെൽമറ്റും താക്കോലും അവർ കൊടുക്കാതിരുന്ന കാര്യവും ബുള്ളറ്റിന് വലിയ കേടുപാടുകൾ സംഭവിച്ചിട്ടുള്ള കാര്യവും അജിത്ത് പറയും.

എസ് ഐ അവൻ പറയുന്നതെല്ലാം മൂളിക്കേട്ട ശേഷം മേശ തുറന്ന് ബുള്ളറ്റിന്റെ താക്കോൽ കീ ചെയിൻ അടക്കം എടുത്ത് കൊടുത്തിട്ട് അവനോട് ഇരിക്കുവാൻ പറഞ്ഞ് ബെല്ലിൽ ശക്തിയായി വിരലമർത്തുന്നു.

ബെല്ലിന്റെ ശബ്ദം കേട്ട് ഹെഡ് കോൺസ്റ്റബിൾ വെങ്കിട്ട് സ്വാമി കടന്നു വന്ന് സല്യൂട്ട് അടിച്ചു നിന്നു.

അവർ പരസ്പരം സംസാരിച്ചതിനുശേഷം, കോൺസ്റ്റബിൾ പറയും, "ഇവന്റെ എന്താണ് ഇവിടെ ഉള്ളതെന്ന് വെച്ചാൽ അതൊക്കെ എടുത്ത് കൊടുത്തേക്ക് "

"ഇവന്റെ പ്രത്യേകിച്ച് ഇവിടെ ഒന്നുമില്ല സാർ, പിന്നെ കൈ ചെയിൻ , അതൊന്നും ഇവിടെ വാങ്ങിവെച്ചിട്ടില്ല. അത് ആ സംഘർഷത്തിൽ എവിടെയെങ്കിലും നഷ്ടപ്പെട്ടിട്ടുണ്ടാകും. ഹെൽമറ്റ് , അത് പോട്ടെ സാർ.

"ബുള്ളറ്റ് റിപ്പയറിങ് ചെയ്യുന്നതുമായി ബന്ധപ്പെട്ട് ഇൻഷുറൻസിന്റെ വല്ല കാര്യവും ശരിപ്പെടുത്തി തരണമെങ്കിൽ പറയൂ, അത് ഞങ്ങൾ റെഡിയാക്കി തരാം."

അതിൽ കൂടുതൽ അവർക്ക് മറ്റൊന്നും ചെയ്യാനില്ലായെന്ന് വെങ്കിട്ട് സ്വാമി അജിത്തിനോട് പറയും.

അജിത്ത് മറ്റൊന്നും പറയാനില്ലാതെ അവൻ അവിടെ നിന്നും ഇറങ്ങിയ അവൻ ബുള്ളറ്റിന്റെ പരിതാപകരമായ അവസ്ഥ കാണുന്ന അജിത്തിന്റെ മുഖഭാവം നിരാശയും നിസ്സഹായാവസ്ഥയുമായി കാണുന്നു.

അവൻ വണ്ടി സ്റ്റാർട്ട് ചെയ്ത് പോകുമ്പോൾ "ഇനി എന്ത് ?" എന്ന വികാരത്തോടെയാണ് വണ്ടി ഓടിച്ച് വീട്ടിൽ എത്തിയത്.

വൈകുന്നേരത്തെ ചായ കുടിയിൽ അവൻ അവളോട് സ്റ്റേഷനിലുണ്ടായ കാര്യങ്ങൾ പറയും.

അവളുമായുള്ള ചർച്ചയ്ക്കൊടുവിൽ നിയമ ഉപദേശത്തിനായി

"ലോ റാറ്റ്റാ" എന്ന ആപ്ലിക്കേഷനിൽ നോക്കി.

മൂന്ന് നാല് വക്കീലന്മാരുടെ നമ്പർ അവർ സ്വരൂപിച്ചു. രണ്ടുപേരും മാറി മാറി വക്കീലന്മാരുമായി സംസാരിക്കും.

ഒടുവിൽ ഒരു സുധൻ മോഹൻ എന്ന വക്കീലുമായി അജിത്ത് വിശദമായിത്തന്നെ സംസാരിക്കും.

സുധൻ മോഹൻ അജിത്തിനോട് അയാളെ നേരിൽ വന്ന് കാണുവാൻ പറഞ്ഞ് കാൾ കട്ട് ചെയ്തു.

മീനാക്ഷിയുമായി ചർച്ച തുടരുന്നതിനിടയിൽ അജിത് നാട്ടിലെ അവന്റെ ഒരു സുഹൃത്ത് സേതുവിനെ വിളിക്കും.

പക്ഷെ സേതുവിപ്പോൾ ബെംഗളൂരുവിൽ ഇല്ല. എങ്കിലും ഇതിനെല്ലാം പറ്റിയ ഒരു സുഹൃത്ത് സേതുവിന് ബെംഗളൂരുവിൽ ഉണ്ട്. സുഗ്ഗി - സോമാറ്റോ യിലാണ് അവന് ജോലി.

"അവന്റെ പേരും ഫോൺ നമ്പറും വാട്സ്ആപ് ചെയ്തുതരാം. മാത്രവുമല്ല അവനെ വിളിച്ച് അറിയിക്കുകയും ചെയ്യാം."

സേതുവുമായുള്ള കാൾ കട്ട് ചെയ്ത ശേഷം അവനൊരു മെസ്സേജ് വന്നു. ഗിരീഷ് ചാലക്കുടി. അജിത്ത് ഗിരീഷുമായി ബന്ധപ്പെട്ടു. ഗിരീഷ് ഓക്കേ പറഞ്ഞ് കാൾ കട്ട് ചെയ്തു.

അടുത്ത ദിവസം അജിത്ത് ഗിരീഷിനെയും കാത്ത് സുധൻ മോഹന്റെ ഓഫീസിന് മുൻവശം കാത്ത് നിൽക്കുകയാണ്. ഫോണെടുത്ത് അവനെ വിളിക്കുമ്പോഴേക്കും ഗിരീഷ് അവിടെ ബൈക്കുമായി എത്തി. അവർ പരസ്പരം പരിചയപ്പെട്ടു.

സുധൻ മോഹൻ വക്കീലിന്റെ ഓഫീസിലെത്തിയ അവർ അയാളുമായി ചർച്ച ചെയ്തു.

ഒടുവിൽ അജിത്ത് ഹെഡ് കോൺസ്റ്റബിൾ വെങ്കിട്ട് സ്വാമിയുടെ ഫോൺ നമ്പർ കൈമാറും.

സുധൻ മോഹൻ വെങ്കിട്ട് സ്വാമിയെ വിളിച്ച് പരാതിയുടെ നിജസ്ഥിതി മനസ്സിലാക്കും.

ഗിരീഷും സുധൻ മോഹനും പരാതിയെക്കുറിച്ച് കന്നഡയിൽ നന്നായി സംസാരിച്ചു. അയാൾ അജിത്തിന്റെ പരാതി ഏറ്റെടുത്തു.

അഡ്വാൻസ് ഇനത്തിൽ പതിനായിരം രൂപ കൈപ്പറ്റുകയും ചെയ്തു.

അയാൾ മെയിൽ അയച്ചോളാമെന്ന് പറഞ്ഞ് അവരെ യാത്രയാക്കി.

രാത്രിയായി, മീനാക്ഷിയെ സഹായിച്ച് അടുക്കളയിൽ പാചകം ചെയ്തുകൊണ്ടിരിക്കുകയാണ് അജിത്ത്. തൽസമയം ഫോണിൽ ഒരു നോട്ടിഫിക്കേഷൻ വന്നു. സുധൻ മോഹൻ അയച്ച പരാതിയുടെ മെയിൽ ആണ്.

അള്ളാ രാമകൃഷ്ണ റെഡ്ഡി ക്കെതിരെ കടുത്ത ഭാഷയിലാണ് വക്കീൽ ആരോപണം ഉന്നയിച്ചിരിക്കുന്നത്.

അജിത്തിനും മീനാക്ഷിക്കും അത് ഉൾക്കൊള്ളുവാൻ കഴിഞ്ഞില്ല.

അവൻ ഉടനേ സുധൻ മോഹനെ വിളിക്കും

കടുത്ത ആരോപണമാണല്ലോ സാർ ഉന്നയിച്ചിരുക്കുന്നത്. കുഴപ്പമാകുമോ ? എന്ന ആശങ്ക അയാളെ അറിയിക്കും .

ആരോപണം അൽപം കടുത്തതായിരിക്കും. എങ്കിലേ കേസിന് ഒരു ബലം ഉണ്ടാകൂ. തന്നെ ഒഴിവാക്കുന്നെങ്കിൽ ഒഴിവാക്കിക്കൊള്ളൂ. പ്രശ്നമൊന്നുമില്ല.

മാത്രവുമല്ല പ്രശ്നം എവിടെ നിന്നാണ് തുടങ്ങിയത് അവിടെ നിന്നുണ്ടാകുന്ന അനുഭവമാണ് നമ്മൾ പരാതിയായി സ്റ്റേഷനിൽ കൊടുക്കേണ്ടത്.

അയാൾ അവന് വ്യക്തതയോടെ കാര്യങ്ങൾ പറഞ്ഞു മനസ്സിലാക്കികൊടുക്കും.

മാത്രവുമല്ല, അജിത്തിന് അന്ന് സ്റ്റേഷനിൽ നിന്നെ തന്ന റെസിപ്റ്റ് അത് ഹെബ്ബഗുഡി എന്ന പോലീസ് സ്റ്റേഷനിൽ രജിസ്റ്റർ ചെയ്ത ഒരു പരാതിയുടെ നോട്ടീസ് ആണ് എന്നും , ഈ പറഞ്ഞ കാര്യങ്ങൾ എല്ലാം അജിത്തിന്റെ പരാതിയിൽ ഉൾപെടുത്തിയിട്ട് ഉണ്ടെന്നും അയാൾ പറയും.

ഒടുവിൽ മനസ്സില്ലാമനസ്സോടെ അജിത്ത് സമ്മതിച്ചു.

ഉടനെ അജിത്ത് ഗിരീഷിനെ വിളിച്ചു. നാളെയൊന്ന് സ്റ്റേഷൻ വരെ വരണം. വക്കീൽ തന്ന പരാതി കൊടുക്കുവാനാണെന്ന് പറയും.

അടുത്ത ദിവസം ഓഫീസ് ഡ്യൂട്ടി കഴിഞ്ഞ് വീട്ടിലെത്തി ഫ്രഷ് ആയ ശേഷം വേഗത്തിൽ അജിത്ത് ഗിരീഷിനെയും കൂട്ടി വക്കീൽ കൊടുത്ത പരാതിയുടെ പകർപ്പുമായി ബുള്ളറ്റിൽ സ്റ്റേഷന്റെ എതിർവശത്തുള്ള ചായക്കടയുടെ മുന്നിൽ വന്ന് നിന്നു.

ഗിരീഷിനോട് ചായ കുടിച്ച് ഇരിക്കുവാൻ പറയും. മാത്രമല്ല, ഒരു മണിക്കൂർ കഴിഞ്ഞ് അവൻ വരുവാൻ താമസിച്ചാൽ ഗിരീഷ് സ്റ്റേഷനിലേക്ക് വരണമെന്ന് പറഞ്ഞ് അവൻ പരാതിയുടെ പേപ്പറുമായി സ്റ്റേഷനിലേക്ക് പോയി.

സ്റ്റേഷന്റെ പ്രവർത്തനം തകൃതിയിൽ നടക്കുന്നു. വയർലെസ്സിന്റെ ശബ്ദവും കേൾക്കാം. അജിത്ത് ജി ഡി എൻട്രിയിലെ റൈറ്റർ നാഗരാജിന് പരാതിയുടെ പേപ്പർ കാണിച്ചു, മൂന്ന് ഷീറ്റുകൾ അടങ്ങുന്നതാണ് പരാതി. ഇംഗ്ലീഷിൽ ആണ് ടൈപ്പ് ചെയ്തിരിക്കുന്നത്.

പക്ഷെ അത് അയാൾ സ്വീകരിച്ചില്ല. സ്വന്തം കൈപ്പടയിൽ എഴുതി തരുവാൻ പറഞ്ഞ് ഒരു വെള്ള പേപ്പർ അവന് കൊടുക്കും

അവൻ ആ പേപ്പറിൽ ഇംഗ്ലീഷിൽ പരാതി എഴുതികൊടുക്കും.

എഴുതിയത് ശരിയായില്ല എന്ന് പറഞ്ഞ് ആ പരാതി അയാൾ മടക്കും.

ഈ സമയം വെങ്കിട്ട് സ്വാമി അവനെ ശ്രദ്ധിക്കുന്നുണ്ടായിരുന്നു.

അജിത്തിന് വക്കീൽ അയച്ചുകൊടുത്ത പരാതി വെങ്കിട്ട് സ്വാമി വാങ്ങി ഒന്ന് വായിച്ചു നോക്കും.

തൽസമയം റൈറ്റർ വേറൊരു വെള്ളപേപ്പർ കൊടുത്തിട്ട് നന്നായി എഴുതുവാൻ അവനോടു പറയും.

അജിത്ത് വീണ്ടും ആ പരാതി കൃത്യതയോടെ വ്യക്തമായി എഴുതി കൊടുത്തു. അതും ശരിയായില്ലയെന്ന് പറഞ്ഞ് വീണ്ടും ഒരു വെള്ള പേപ്പർ കൊടുക്കും.

അജിത്ത് ഒരു പരാതി തന്നെ മൂന്നു വട്ടം എഴുതി.

റൈറ്റർക്ക് ദേഷ്യം വന്നു. അയാൾ ആ മൂന്ന് പേപ്പറുകളുമായി വെങ്കിട്ട് സ്വാമിയോട് സി ഐ യെ കണ്ടിട്ട് വരാമെന്ന് പറയും.

പോകുന്നതിനു മുമ്പ് റൈറ്റർ അജിത്തിനോട് പറയും

"വക്കീലിന്റെ ജോലി കോടതിയിൽ. ഇത് പോലീസ് സ്റ്റേഷനാണ്'

ഇത്രയും പറഞ്ഞ് റൈറ്റർ നാഗരാജ് സി ഐ യുടെ ക്യാബിനിലേക്ക് പോയി.

വെങ്കിട്ട് സ്വാമി ആ പ്രിന്റെഡ് പരാതി വായിച്ച ശേഷം അജിത്തിനോട് സി ഐ യെ കാണാൻ പോകാമെന്നും അദ്ദേഹം നിനക്ക് വേണ്ടതുപോലെ

സഹായം ചെയ്തു തരുമെന്നും പറഞ്ഞ് അവനെ സി ഐ യുടെ ക്യാബിനിലേക്ക് കൂട്ടികൊണ്ടുപോകും.

സി ഐ അള്ളഹപ്പ നായിക്ക് എന്ന് അയാളുടെ മേശയ്ക്ക് മേൽ ബോർഡിൽ എഴുതി വെച്ചിട്ടുണ്ട്.

അയാൾ ഫയൽ നോക്കികൊണ്ടിരിക്കുകയാണ്. സമീപം തന്നെ റൈറ്റർ നാഗരാജ് നിൽപ്പുണ്ട്. അജിത്ത് എഴുതിക്കൊടുത്ത പരാതി മേശയ്ക്കു മേൽ വെച്ചിട്ടുണ്ട്.

ഈ സമയം അജിത്തിനെയും കൊണ്ട് വെങ്കിട്ട് സ്വാമി സി ഐ ക്ക് മുന്നിൽ വന്ന് സ്റ്റഡി ആയി നിന്നു. അയാളുടെ കൈയിൽ ആ പ്രിന്റ്ഡ് പരാതിയുടെ പേപ്പറുമുണ്ട്.

വെങ്കിട്ട് സ്വാമി ആ പരാതിയുടെ പേപ്പർ സി ഐക്ക് നേരെ നീട്ടി

സർ, അതാണ് ഇവന്റെ വക്കീൽ കൊടുത്തയച്ച പരാതി.

സി ഐ അത് വായിച്ചു നോക്കിയിട്ട് "ആരാണ് ഈ അള്ളാരാമകൃഷ്ണ റെഡ്ഡി"?

"ഈ അടുത്ത് വരാൻ പോകുന്ന നിയമ സഭാ ഇലക്ഷന് നിൽക്കുന്ന ജെ ഡി എസ് ന്റെ സ്ഥാനാർത്ഥിയാണ് സാർ "

സി ഐ ഒരു നിമിഷം ആലോചിച്ച ശേഷം അവർ രണ്ടു പേരോടുമായി പറഞ്ഞു "ഇവന് വേണ്ടത് ശരിയാക്കി കൊടുക്കൂ "

ശേഷം അജിത്തിനോടായി പറയും " പേടിക്കാനൊന്നുമില്ല, പരാതി കൊടുക്കുകയാണെങ്കിൽ അത് കന്നഡയിൽ തന്നെ എഴുതണം. അതാണ് അവർക്കും എളുപ്പം, മറ്റൊന്നുമില്ല, ഇവർ വേണ്ടതുപോലെ ചെയ്തു തരും "

ഇത്രയും പറഞ്ഞ് സി ഐ മേശയ്ക്ക് മേലിരിക്കുന്ന പരാതിയുടെ പേപ്പർ ആ ഫയലിലാക്കി നാഗരാജിന് കൊടുത്തിട്ട് വേണ്ടത് ചെയ്തുകൊടുക്കുവാൻ നിർദ്ദേശിക്കും.

റൈറ്റർ നാഗരാജ് ആ ഫയൽ വാങ്ങി സല്യൂട്ട് കൊടുത്തിട്ട് അജിത്തിനെയും കൂട്ടി ക്യാമ്പിന് പുറത്തേക്കിറങ്ങി.

ജി ഡി എൻട്രി മേശയ്ക്ക് സമീപമെത്തി നിൽക്കുന്ന നാഗരാജ് ഉം അജിത്തും

അജിത്ത് കസേരയിൽ ഇരിക്കുവാൻ ശ്രമിക്കുന്നതിനിടെ "ഇരിക്കുവാൻ വരട്ടെ" എന്ന് പറഞ്ഞ് കൈയിലെ ഫയലിൽ നിന്നും അവൻ കൊടുത്ത പരാതിയുടെ പേപ്പർ ഓരോന്നായി എടുത്ത് അവനു കൊടുത്തിട്ട് എതിർ ദിശയിൽ കാണുന്ന മുറിയിൽ ചെന്നിരിക്കുവാൻ പറയും.

അയാൾക്ക് ഒഫിഷ്യലായി അല്പം പണികൂടി ബാക്കിയുണ്ടെന്നും അത് തീർത്തിട്ട് ഉടനേ വരാമെന്നും എന്നിട്ട് അജിത്ത് പറഞ്ഞുകൊടുക്കുന്നതുപോലെ അയാൾ എഴുതി തരാമെന്നും പറയും.

രാത്രയിൽ അജിത്ത് ആ പേപ്പറുകളുമായി ആ മുറിയിലെ കസേരയിൽ ചെന്നിരുന്നു. റൈറ്റർ നാഗരാജ് നല്ല തിരക്കിലാണ്.

വെങ്കിട്ട് സ്വാമി സിവിൽ ഡ്രസ്സിൽ ഒരാളുമായി എന്തോ സംസാരിച്ച് നിൽപ്പുണ്ട്.

സ്റ്റേഷന്റെ പ്രവർത്തനം നല്ലവണ്ണം നടക്കുന്നു.

സമയം കടന്നുപോയി, ക്ലോക്കിൽ സമയം 18:15 സൂചിപ്പിക്കുന്നു. റൈറ്റർ തിരക്കിൽ തന്നെയാണ്.

സമയം 18:45 ആയി. എന്നിട്ടും അയാൾ വന്നില്ല. അവന് മുഷിപ്പായി.

ഒടുവിൽ അവൻ കൈയിലിരിക്കുന്ന വക്കീൽ പ്രിന്റ് ചെയ്തു കൊടുത്ത മൂന്ന് ഷീറ്റുള്ള പരാതി വായിച്ചു നോക്കി.

അപ്പോഴും റൈറ്റർ തിരക്കിൽ തന്നെയാണ്.

അതിനുശേഷം അവനെ കൊണ്ട് മാറ്റിയെഴുതിച്ച ആ മൂന്ന് പരാതിയുടെ പേപ്പറുകളും വെറുതെ ഒന്ന് വായിച്ചുനോക്കി.

ശേഷം വീണ്ടും ഒരു പേപ്പർ കൂടി കാണുന്നു.

പക്ഷെ അത് അവൻ എഴുതിയ പരാതിയില്ല, കന്നഡയിൽ പ്രിന്റ് ചെയ്ത ഒരു പേപ്പറായിരുന്നു.

ആ പരാതിയിലെ തിയതി അവന്റെ ശ്രദ്ധയിൽപ്പെട്ടു, അവന്റെ ജീവിതത്തിൽ ഒരിക്കലും മറക്കാനാവാത്ത ഒരു തീയതി.

അവൻ മൊബൈലെടുത്ത് ഗൂഗിൾ ട്രാൻസ്‌ലേറ്ററിന്റെ സഹായത്തോടെ സ്കാൻ ചെയ്തു വായിച്ചു.

പെട്ടന്നവൻ ഞെട്ടി വിയർക്കുവാൻ തുടങ്ങി. ആധികേറി ചുറ്റും നോക്കുകയാണ്.

പിന്നെ, അവിടെനിന്നും എങ്ങിനെയെങ്കിലും രക്ഷപ്പെടണമെന്നുള്ള ചിന്തയിലായി.

മെല്ലെ എഴുന്നേറ്റ അവൻ എതിരെ കാണുന്ന റൈറ്ററെ നോക്കി. അയാൾ അപ്പോഴും തിരക്കിൽ തന്നെയാണ്. വെങ്കിട്ട് സ്വാമി അപ്പുറത്ത് മാറി നിൽക്കുന്നുണ്ട്.

ആ മുറിയിൽ നിന്നും ഇറങ്ങിയ അവൻ റൈറ്റർക്ക് മുന്നിലൂടെ പുറത്തേക്ക് കടക്കുവാൻ ശ്രമിക്കവേ വെങ്കിട്ട് സ്വാമിയുടെ ദൃഷ്ടിയിൽ പെട്ടു.

അവന്റെ പക്കൽ അധികമായി കണ്ട ആ ഒരു പേപ്പർ അയാൾക്ക് നൽകിയിട്ട് റൈറ്റർക്ക് പിശക് പറ്റി തനിക്ക് തന്നതാണെന്ന് പറയും.

വെങ്കിട്ട് സ്വാമി അത് വാങ്ങി വായിക്കുവാൻ തുടങ്ങി.

ഈ അവസരം നോക്കി ഒരു ചായ കുടിക്കാൻ പോകട്ടെയെന്ന് അവൻ അയാളോട് ചോദിക്കും.

വായനക്കിടയിൽ റൈറ്റർ ക്ക് പറ്റിയ അബദ്ധം അയാളുടെ മുഖത്ത് പ്രതിഫലിച്ചു.

വേറെ എവിടെയും പോകേണ്ട സ്റ്റേഷന്റെ മുന്നിൽ തന്നെ ചായക്കടയുണ്ട്. പോയിട്ട് വേഗം വരുവാൻ പറയും.

അജിത്ത് വേഗത്തിൽ റോഡ് മുറിച്ചുകടന്ന് ബുള്ളറ്റിലേക്ക് കയറി സ്റ്റാർട്ട് ചെയ്തു. ഗിരീഷിനോട് വേഗം കയറുവാൻ പറഞ്ഞ് വണ്ടിയെടുത്തു.

വണ്ടി നീങ്ങിയപ്പോഴേക്കും മറ്റൊരാൾക്കൊപ്പം നിന്നിരുന്ന വെങ്കട്ട് സ്വാമി രണ്ടടി മുന്നോട്ട് നടന്ന് പുറത്തേക്ക് എത്തിനോക്കുന്നുണ്ടായിരുന്നു.

അജിത്തിന്റെ ബുള്ളറ്റ് വേഗത്തിൽ മുന്നോട്ട് പായുകയാണ്.

നിമിഷ നേരത്തിനുള്ളിൽ ഗിരീഷുമായി അജിത് അവന്റെ വീട്ടിൽ എത്തിച്ചേർന്നു.

ചായ കുടിക്കുന്നതിനിടയിൽ സ്റേഷനിലുണ്ടായ കാര്യങ്ങൾ അജിത്ത് മീനാക്ഷിയോട് വിവരിക്കും.

മീനാക്ഷിക്ക് പേടിയായി. വക്കീലിനെ വിളിച്ചില്ലേയെന്ന് ചോദിക്കും.

വക്കീലിനെ വിളിച്ചിരുന്നു, പക്ഷെ അയാൾ കാൾ എടുത്തില്ല.

എങ്കിൽ ഇപ്പോൾത്തന്നെ വിളിച്ചുകൂടെ?

ഗിരീഷ് ഉടനെ സുധൻ മോഹനെ വിളിച്ച് കാര്യങ്ങൾ മുഴുവനും ധരിപ്പിക്കും.

ഇതിന്റെ നടപടികൾ ഇങ്ങിനെയൊക്കെ തന്നെയാണ് അല്പം ധൈര്യവും ആത്മവിശ്വാസവും ഉണ്ടെങ്കിലേ കേസുമായി മുന്നോട്ട് പോകുവാൻ സാധിക്കൂ.

മാത്രവുമല്ല കോടതിയിൽ അല്ലാതെ പോലീസ് സ്റേഷനിലേക്കൊന്നും സുധൻ മോഹന് വരുവാൻ സാധിക്കില്ല.

കോടതി വ്യവഹാരവുമായി മുന്നോട്ട് പോകണമെങ്കിൽ പണച്ചിലവ് ഏറെ ഉണ്ടാകും. ഒരൊന്നൊന്നര ലക്ഷം രൂപ തന്നെ വേണ്ടിവരും.

ഇപ്പോൾ അജിത്ത് കൊടുത്ത ഫീസിനുള്ള സേവനം അയാൾ ചെയ്തു കഴിഞ്ഞെന്നും ഇതിൽ കൂടുതലൊന്നും അയാൾക്ക് സാധിക്കില്ലായെന്നും തറപ്പിച്ചു പറയും.!

ഗിരീഷ് അയാളോട് ചൂടായി.

നിങ്ങൾക്ക് എന്ത് വേണമെങ്കിലും ചെയ്യാം, വക്കീൽ സുധൻ മോഹൻ കബളിപ്പിച്ചുവെന്ന് പറഞ്ഞ് കേസ് കൊടുക്കുകയാണെങ്കിൽ അങ്ങിനെയും ആകാം. അയാൾ നിലപാട് വ്യക്തമാക്കി കോൾ കട്ട് ചെയ്തു.

അടുത്ത ദിവസം ഓഫീസിലെത്തിയ അജിത്ത് മെയിൻ ഡോറിൽ ഐ ഡി കാർഡ് പഞ്ച് ചെയ്ത ശേഷം കോറിഡോറിലൂടെ ക്യാബിനിലേക്ക് കയറി. സഹപ്രവർത്തകരോട് മിതത്വം കാണിച്ച് ഇനി എന്ത് ചെയ്യണമെന്നുള്ള ചിന്തയിൽ അവന്റെ സീറ്റിൽ വന്നിരുന്ന് ലാപ്ടോപ്പ് ഓൺ ആക്കി.

അവർ കഴിഞ്ഞ ദിവസം ചെയ്തുകൊണ്ടിരുന്ന ജോലിയുടെ ബാക്കി തുടരുന്നതിനിടയിൽ എന്തോ ആലോചിച്ച ശേഷം ഗൂഗിളിൽ "WHAT TO DO IF BANGALORE POLICE DEMAND BRIBE" എന്ന് ടൈപ്പ് ചെയ്തുകൊണ്ട് എന്റെർ ബട്ടണിൽ അമർത്തും.

ടൈപ്പ് ചെയ്ത ചോദ്യത്തിന് ഗൂഗിൾ മറുപടി കൊടുത്തു

അവൻ കൃത്യതയോടെ വായിച്ചു നോക്കുന്നു.

അനലോഗ് സ്പൈ റിസ്റ്റ് വാച്ചിൽ നിന്നും മൊബൈൽ ഫോണിൽ നിന്നും ശേഖരിച്ച തെളിവുകൾ ലാപ്ടോപ്പിലേക്ക് പകർത്തുന്നു.

എ) സി ബി ക്കും എൻ എച്ച് ആർ സി ക്കും കൊടുക്കുവാനുള്ള പരാതി മെയിലിൽ അയക്കുവാൻ ടൈപ്പ് ചെയ്യുന്നു.

എ സി ബി ഓഫീസിന്റെ പാർക്കിങ് ഏരിയയിൽ അജിത്തും മീനാക്ഷിയും ബുള്ളറ്റിൽ വന്നിറങ്ങും.

എ സി ബി ഓഫീസ് റിസപ്ഷനിലെ ഒരു ഉദ്യോഗസ്ഥൻ അവരെ ഡി വൈ എസ് പി യുടെ ക്യാബിനിലേക്ക് കടത്തിവിടും

ഭാസ്കർ റാവു ഡി വൈ എസ് പി എന്ന് ക്യാമ്പിന്റെ ഡോറിനു മുകളിൽ എഴുതി വെച്ചിരിക്കുന്നു. അവർ അദ്ദേഹത്തിന് പരാതി കൈമാറി പുറത്തേക്ക് കടക്കുന്നു.

റിസപ്ഷനിൽ എത്തിയ അവർക്ക് പരാതി സ്വീകരിച്ചതിന്റെ രസീത് നൽകി പറഞ്ഞയക്കുകയാണ് ഒരു ഉദ്യോഗസ്ഥൻ.

അവർ രസീത് വാങ്ങി അയാളോട് നന്ദി പറഞ്ഞ് അവളുമായി ബുള്ളറ്റ് എടുത്ത് പുറത്തേക്ക് പോവുകയാണ്.

ഒരു മാസത്തിനു ശേഷം

എ സി ബി ഓഫീസിലേക്ക് വിളിക്കുകയാണ് അജിത്ത്. റിംഗ് ചെയ്യുന്നുണ്ട് പക്ഷെ കാൾ എടുക്കുന്നില്ല. എങ്കിൽ നേരിട്ട് പോകാമെന്ന് ഉറപ്പിച്ചു.

എ സി ബി സമുച്ചയത്തിലെത്തിയ അജിത്ത് നിരാശപ്പെട്ടു. ഇന്ന് ഇൻഡിപെൻഡൻസ് ഡേ ആയതിനാൽ ഓഫീസ് അവധിയിലാണ്.

പിറ്റേ ദിവസം എ സി ബി ഓഫീസിലെത്തിയ അജിത്ത് ഡി വൈ എസ് പി ഭാസ്കർ റാവു വിനെ കണ്ട് ഇവിടെ നിന്നും ഒരു പ്രതികരണവും ഉണ്ടായില്ല എന്ന് പറയുന്നു.

ഭാസ്കർ റാവു അവന്റെ രസീത് വാങ്ങി അതിലെ നമ്പർ കംപ്യൂട്ടറിൽ അടിച്ചു നോക്കിയിട്ട് രസീത് തിരികെ കൊടുത്തിട്ട് പറയും പ്രക്രിയ നടന്നുകൊണ്ടിരിക്കുകയാണ് അല്പം കൂടി കാത്തിരിക്കൂ.

അജിത്ത് ഭാസ്കർ റാവു വിന്റെ ഫോൺ നമ്പർ വാങ്ങി അയാളോട് നന്ദി പറഞ്ഞു കൊണ്ട് ക്യാബിൻ വിട്ട് പുറത്തേക്കിറങ്ങി.

എ) സി ബി ഓഫീസിൽ നിന്നിറങ്ങിയ അജിത്ത്
ചിന്താകുലനായിട്ടായിരുന്നു ബുള്ളറ്റ് ഓടിച്ചത്.

അജിത്ത് വീട്ടിലായാലും, ഓഫീസിലായാലും പുറത്ത്
ചായകുടുമ്പോൾപോലും ഗൂഗിളിൽ തന്നയാണ് കൂടുതൽ സമയം
ചിലവഴിക്കുന്നത്. അവന്റെ ഒരാഴ്ചത്തെ പ്രയത്നത്താൽ പരാതികൾ
രേജിട്രേഡ് പോസ്റ്റ് ചെയ്ത് അയക്കുവാൻ പോസ്റ്റ് ഓഫീസിൽ ചെന്ന്
മൂന്ന് എ ഡി കാർഡ് വാങ്ങി പോസ്റ്റ് ചെയ്യുവാനുള്ള കവറിൽ , ഒന്നിൽ
പോലീസ് കമ്മിഷണറുടെ ഓഫീസ് അഡ്രസും മറ്റൊന്നിൽ പോലീസ്
കംപ്ലൈന്റെ അതോറിറ്റിയുടെ അഡ്രസ്സും മൂന്നാമത്തേതിൽ എസ് എച്ച്
ആർ സി യുടെ അഡ്രസ്സും എഴുതി എ ഡി കാർഡ് വെച്ച് പോസ്റ്റ്
ചെയ്തു.

വീട്ടിൽ എത്തിച്ചേർന്ന അജിത്ത് ഗൂഗിളിൽ നിന്നും റിസർച്ച്
ചെയ്തുകിട്ടിയ അറിവ് പ്രകാരം അവൻ ചെയ്തുവെച്ച മുഴുവൻ
കാര്യങ്ങളും അവളോട് പറഞ്ഞ് ധരിപ്പിച്ചു. അവളുടെ മുഖഭാവങ്ങൾ
വ്യത്യസ്തമായി കാണുന്നു.

അജിത്ത് മീനാക്ഷിക്ക് ധൈര്യവും പ്രചോദനവും കൊടുക്കും. മാത്രമല്ല
അവന്റെ ഉദ്ദേശ്യം അവൾക്ക് പകർന്ന് നൽകുകയും ചെയ്തു.

അടുത്ത ദിവസം രാത്രി എട്ട് മണിയോട് കൂടി അജിത്ത് കുന്ദനെയും കൂട്ടി
ബെന്നറ്റ് ജോൺ താമസിക്കുന്ന "പ്രസ്റ്റീജ് കസെബെല്ല" വില്ലയുടെ മുമ്പിൽ
അജിത്തും കുന്ദനും ബുള്ളറ്റിൽ വന്നിറങ്ങി. അവർ സെക്യൂരിറ്റി
ക്യാബിനിൽ പേര് കുറിച്ചിട്ട് വില്ലയുടെ വളപ്പിലേക്ക് പ്രവേശിച്ചു.

സ്വിമ്മിങ് പൂളിനോട് ചേർന്ന് വിശാലമായ ഒരു പൂന്തോട്ടത്തിൽ അവർ
ഒത്തുചേർന്നു.

അജിത്ത് ബെന്നറ്റ് ജോണിനും കുന്തനും ഈ കേസുമായി ബന്ധപ്പെട്ട് ഒരു
ക്ലാസ് കൊടുത്തുകൊണ്ട് പറയും

ബെന്നറ്റിന്റെ യും കുന്ദന്റെയും പേരുകൾ എവിടെയും എന്റെ ഈ
പരാതിയിൽ ചേർത്തിട്ടില്ല.പകരം പദവി മാത്രമാണ്
പറഞ്ഞിരിക്കുന്നത്.

ഈ കേസുമായി ബന്ധപ്പെട്ട് അന്വേഷണം വല്ലതും വരികയാണെങ്കിൽ
അവർക്ക് അറിയാവുന്ന കാര്യം മാത്രം പറഞ്ഞാൽ മതി.
പേടിക്കാനൊന്നുമില്ല.

ഭയത്തിന്റെ മുഖഭാവത്തിൽ ഇരിക്കുന്ന കുന്ദനോട് അവന് ഉതകുന്ന ഭാഷയിൽ ബെന്നറ്റ് ജോൺ പറഞ്ഞു മനസ്സിലാക്കി കൊടുക്കും.

ബെന്നറ്റ് ജോണിന്റെയും കുന്ദന്റെയും സഹകരണമുണ്ടാകുമെന്ന് അവർ അജിത്തിന് ഉറപ്പ് കൊടുക്കുകയും ചെയ്യും.

അജിത്ത് ബെന്നറ്റ് ജോണിനോട് ഒരാഴ്ചത്തെ ലീവ് ചോദിച്ച് ഗുഡ് നൈറ്റ് പറഞ്ഞ് ഇറങ്ങും.

അടുത്ത ദിവസം ഓഫീസ് ജോലി തീരും മുമ്പേ ലീവ് അനുവദിച്ചുകൊണ്ടുള്ള മെസ്സേജ് അവന്റെ കമ്പനി വാട്ട്സാപ് ഗ്രൂപ്പിൽ വന്നു. അന്ന് രാത്രി തന്നെ ബെംഗളൂരു മടിവാളയിൽ നിന്നും അജിത്തും മീനാക്ഷിയും കേരളാ ലൈനിൽ മറ്റുയാത്രക്കാർക്കൊപ്പം ;ലഗേജു മായി കയറി.

പിറ്റേന്ന്, രാവിലെ വോൾവോ ബസ്സ് പാലാരിവട്ടം ഫ്ലൈ ഓവറിനു സമീപം വന്ന് നിന്നു.

അജിത്തും മീനാക്ഷിയും ലഗേജു മായിഇറങ്ങി.

അവരെ കൂട്ടികൊണ്ടുപോകുവാൻ അജിത്തിന്റെ സഹോദരൻ കാറുമായി വന്നിരിക്കുകയാണ്.

അവർ അതിൽ കയറി വീട്ടിലേക്ക് തിരിച്ചു.

വീട്ടിലെത്തിയ അജിത്തും ഭാര്യയും വീട്ടുകാരോടൊത്ത് അവധി ദിവസങ്ങൾ സന്തോഷത്തോടെ പങ്കിടുകയാണ്.

ഒരു ദിവസം, അജിത്ത് സഹോദരന്റെ ബൈക്കുമായി ജവഹർ ലാൽ നെഹ്റു ഇന്റെർനാഷണൽ സ്റ്റേഡിയത്തിന് ചുറ്റുമൊന്ന് സവാരി ചെയ്തു.

ഒടുവിൽ സ്റ്റേഡിയവും കടന്ന് നോർത്ത് പാലത്തിലൂടെ സരിത തിയേറ്ററും താണ്ടി. ഹൈക്കോടതി സമുച്ച യതിന്റെ മുന്നിലുള്ള കോഫി ഷോപ്പിൽ എത്തി നിന്നു.

അവിടെ വക്കീലന്മാരും കക്ഷികളും ഉത്സാഹത്തോടെ സംസാരിച്ചുകൊണ്ട് നിൽപ്പുണ്ട്.

അതിലെ ഒരു വക്കീലുമായി അജിത്ത് പരിചയപ്പെടുന്നു. നിയമോപദേശം തേടുകയായിരുന്നു ലക്ഷ്യം.

വീണ്ടും സ്റ്റേഡിയം പരിസരത്ത് എത്തിയ അജിത്ത്, സ്റ്റേഡിയം കെട്ടിടത്തിന്റെ ഗ്യാലറിക്ക് താഴെയുള്ള കോഫി ഷോപ്പിൽ നിന്നും ഒരു കപ്പ് കോഫി വാങ്ങി ചെയറിൽ ചെന്നിരുന്നു.

കോഫി കപ്പ് താഴെ വെച്ച് മൊബൈലിൽ ആമസോൺ വഴി ഒരു ജി പി എസ് ട്രാക്കർ ബുക്ക് ചെയ്യും.

മാത്രവുമല്ല അവൻ കൈയിലിരിക്കുന്ന കുന്ദന്റെ വാച്ചിന്റെ വില ഗൂഗിൾ പേ വഴി കുന്ദന് അയച്ചുകൊടുക്കും.

കോഫി കുടി കഴിഞ്ഞ് പോക്കറ്റിൽ നിന്നും സിഗരറ്റ് പാക്ക് എടുത്ത് ഒരെണ്ണം കത്തിച്ച് ആസ്വദിച്ച് വലിക്കും.

അജിത്തിന്റെ ബുള്ളറ്റ് എം ജി റോഡിലൂടെ ഷേണായിസ് തിയേറ്ററിന് എതിർവശത്തുള്ള തോക്ക് വില്പന ശാലയുടെ മുന്നിൽ വന്ന് നിന്നു.

കടയുടെ അകത്തേക്ക് പ്രവേശിച്ച അജിത്ത് ഇഷ്ടപെട്ട ഒരു തോക്ക് വാങ്ങി അത് പരിശീലിച്ചു നോക്കും.

വെടിപൊട്ടുന്ന ശബ്ദം!

അജിത്തും ഭാര്യയും നാട്ടിലെത്തിയിട്ട് ഒരാഴ്ച കഴിഞ്ഞു. അവർക്ക് നാളെ രാവിലെയാണ് ട്രെയിൻ.

ബാംഗ്ലൂരിലേക്കുള്ള ഒരുക്കത്തിലാണ് കുടുംബാംഗങ്ങൾ, അച്ചാറും മറ്റും പാക്ക് ചെയ്യുന്ന തിരക്കിലാണ് അമ്മ. മീനാക്ഷിയും അവരെ സഹായിക്കുന്നുണ്ട്. ഒടുവിൽ എല്ലാവരും ഒത്ത് ഭക്ഷണവും കഴിച്ച് നേരത്തെ കിടക്കാൻ കയറി.

രാവിലെ എഴുന്നേറ്റ് കുളിയെല്ലാം കഴിഞ്ഞ് തല തുടച്ച് ബാത്ത് റൂമിൽ നിന്നിറങ്ങുന്ന അജിത്.

സാധനങ്ങളെല്ലാം അടുക്കി പെറുക്കി വെക്കുന്ന മീനാക്ഷിയോട് എല്ലാം ഒതുക്കി കഴിഞ്ഞോ എന്ന് ചോദിക്കുന്നതിനിടയിൽ, തനിക്ക് ഒരു കാര്യം പറയാനുണ്ടെന്നും മറുത്തൊന്നും ചോദിക്കരുതെന്നും പറഞ്ഞ് ഭിത്തിയിലെ അലമാര തുറന്ന് ജി പി എസ് ട്രാക്കറും തോക്കും കാണിച്ച് കൊടുക്കും.

മീനാക്ഷി അമ്പരന്ന് വായ പൊളിച്ചു. അവൻ അവളുടെ വായ കൂട്ടിപ്പിടിച്ച് നിശ്ശബ്ദയായിരിക്കുവാൻ ആംഗ്യം കാട്ടി. മാത്രമല്ല ബംഗളൂരിലെ അവരുടെ പ്രശ്നങ്ങൾ വീട്ടുകാരോട് അറിയാതെ വല്ലതും പറഞ്ഞുവോ?

ഇല്ലായെന്നവൾ ഉറപ്പിച്ചു പറയും.

ഒരു ഓട്ടോറിക്ഷയിൽ അജിത്തും മീനാക്ഷിയും റെയിൽ സ്റ്റേഷന്റെ മുന്നിൽ വന്നിറങ്ങി.

ഓട്ടോക്കാരന് പണം കൊടുത്ത് ലഗേജുമായി അവർ ഓടി പ്ലാറ്റുഫോമിലേക്ക് കടന്നു.

അവിടെ ഒന്നാം നമ്പർ പ്ലാറ്റ്ഫോമിൽ അവർക്ക് പോകാനുള്ള എറണാകുളം ബെംഗളൂരു എക്സ്പ്രസ് പുറപ്പെടുവാനുള്ള തയ്യാറെടുപ്പിലാണ്.

അവർ അതിലെ ഡി 2 കോച്ചിൽ കയറിയതും വണ്ടി ചൂളം വിളിച്ച് മുന്നോട്ടെടുത്തു.

അവർ അവരുടെ സീറ്റിൽ ലഗേജുമായി ചെന്നിരുന്നു.

ചായ, കോഫി കൂൾ ഡ്രിങ്ക്സ് വട മുതലായവ വിൽക്കുന്നവർ കടന്നുപോകുന്നു. ടി ടി ഇ അയാളുടെ ടിക്കറ്റ് പരിശോധന തുടർന്നു കൊണ്ടിരിക്കുന്നു.

ഉച്ചയോടുകൂടി വണ്ടി സേലം ജംഗ്ഷനിലെത്തിച്ചേർന്നു.

പുറത്തിറങ്ങിയ അവൻ ബിസ്ക്കറ്റും ചോക്കലേറ്റും അവൾക്ക് വാങ്ങിക്കൊടുക്കും.

വണ്ടി മുന്നോട്ട് നീങ്ങിയപ്പോഴേക്കും അജിത്തിനൊരു കാൾ വന്നു. അൺനോൺ നമ്പറാണ് തെളിയുന്നത്. അവൻ ഫോണുമായി ടോയ് ലെറ്റിലേക്ക് നടന്നു.

ടോയ്ലെറ്റിന്റെ അകത്തുകടന്ന അവൻ കാൾ അറ്റൻഡ് ചെയ്തു.

മറുതലയ്ക്കൽ ബണ്ടാര ബൊമ്മനഹള്ളി പോലീസ് സ്റ്റേഷനിൽ നിന്നാണ്. അജിത്ത് കൊടുത്ത പരാതിയുടെ ഹിയറിങ്ങിനായി

സ്റ്റേഷൻവരെ വരണമെന്നാണ് പറയുന്നത്.

അവൻ നാട്ടിലേക്ക് പോകുന്ന യാത്രയിലാണെന്നും വണ്ടി സേലം കഴിഞ്ഞെന്നും തിരിച്ചു വരാൻ ഒരാഴ്ച താമസമുണ്ടെന്നും പറയും.

അത് പറ്റില്ല. ഒന്ന് രണ്ട് ദിവസത്തിനുള്ളിൽ സ്റ്റേഷനിൽ വന്ന് ഇൻസ് പെക്ടറെ കാണണമെന്നാണ് പറയുന്നത്.

അവൻ മറുപടി ഒന്നും കൊടുക്കാതെ കാൾ കട്ട് ചെയ്തു.

ഈ സമയം തീവണ്ടി പെട്ടെന്ന് നിന്നു. ഒറ്റവരി പാതയിൽ കൊടും കാടിനോട് ചേർന്ന് തീവണ്ടി പിടിച്ചിട്ടു.

അവൻ ടോയ്ലെറ്റിൽ നിന്നിറങ്ങി മീനാക്ഷിക്ക് സമീപം ചെന്നിരുന്നു.

ബണ്ടാര ബൊമ്മനഹള്ളി സ്റ്റേഷനിൽ നിന്നും കോൺസ്റ്റബിളാണ് വിളിച്ചത്.

അവൻ എത്രയും പെട്ടെന്ന് സ്റ്റേഷനിൽ ചെന്ന് മൊഴികൊടുക്കണമെന്നാണ് പറയുന്നത്.

എന്താണ് ചെയ്യേണ്ടതെന്ന് അവന് അറിയില്ല. ആകെ ടെൻഷനിലായി.

വീട് മാറി താമസിക്കുന്ന കാര്യം ഇന്നലെ അവൾ അവനോട് സൂചിപ്പിച്ചിരുന്നു.

സ്റ്റേഷനിൽ നിന്നും കാൾ വന്നതിനു ശേഷമുള്ള അജിത്തിന്റെ മുഖഭാവം കണ്ട് "നമുക്ക് വീട് മാറി താമസിച്ചാലോ?" എന്നവൾ ചോദിക്കും.

നമ്മൾ ഇപ്പോൾ വീട് മാറി താമസിക്കുന്നതായിരിക്കും നല്ലത്.

എങ്കിൽ പണിതുകൊണ്ടിരിക്കുന്ന ഒരു വീട് മാജിക് ബ്രിക്സ് എന്ന ആപ്പിൽ നോക്കിക്കൊള്ളുവാൻ അവൻ അവളോട് പറയും.

അപ്പോഴേക്കും ട്രെയിൻ ചൂളം വിളിച്ച് മുന്നോട്ടെടുത്തു.

ഒറ്റവരി പാതയിലൂടെ വണ്ടി കുതിക്കുകയാണ്. സമയം കടന്നുപോയി.

രാത്രിയായി

ഒരാഴ്ചത്തെ തിരച്ചിലിന് ഒടുവിൽ അവർക്കൊരു വീട് ശരിപ്പെടുത്തി കിട്ടും. ഈ കാര്യം വീട്ടുടമ ഹേമാവതിയെ ധരിപ്പിച്ചു.

രണ്ട് ദിവസം കഴിഞ്ഞ് വീട് ഒഴിഞ്ഞു കൊടുക്കുന്ന തിരക്കിലാണ് അജിത്തും മീനാക്ഷിയും.

സാധനങ്ങളെല്ലാം പെട്ടി വണ്ടിയിൽ കയറ്റുകയാണ്. പോർട്ടർ ഓട്ടോയിലെ ഡ്രൈവറും അവരെ സഹായിക്കും.

വീട്ടുടമ വീടിന്റെ അകം മൊത്തത്തിൽ നിരീക്ഷിക്കുകയാണ്. മീനാക്ഷി വീടിന്റെ താക്കോൽ അവർക്ക് കൈമാറി ബുള്ളറ്റിലേക്ക് കയറി ഇരുന്നു.

പുറകിൽ കെട്ടിവെച്ച മെത്തയുമായി ബുള്ളറ്റ് കടന്നുപോകുന്നത് നോക്കി നിൽക്കുകയാണ് വീട്ടുടമ.

അൽപ സമയത്തിനുള്ളിൽ ഇലക്ട്രോണിക് സിറ്റി ഫേസ് ത്രീയിലെ ഒരു റസിഡൻറൽ ഏരിയയിൽ പണി നടന്നുകൊണ്ടിരിക്കുന്ന അഞ്ചു നില കെട്ടിടത്തിനു മുന്നിൽ പോർട്ടർ ഓട്ടോയ്ക്ക് സമീപം അവരുടെ ബുള്ളറ്റ് വന്ന് നിന്നു.

മിനുക്ക് പണി പുരോഗമിച്ച് കൊണ്ടിരിക്കുന്ന കെട്ടിടത്തിൽ പണിക്കാർ ധ്രുതഗതിയിൽ പണിയുകയാണ്.

അവിടെ കെട്ടിട ഉടമയായ മീരാ വിനോദ് അവരുടെ ആറു വയസ്സുള്ള പുത്രനുമായി നിൽപ്പുണ്ട്.

പോർട്ടർ ത്രീ വീലറിലെ ഡ്രൈവറും അയാളുടെ സഹായിയും സാധനങ്ങൾ രണ്ടാം നിലയിലെത്തിക്കുവാനുള്ള തന്ത്രപ്പാടിലാണ്.

മീനാക്ഷി മീര വിനോദുമായി സൗഹൃദ സംഭാഷണം നടത്തുന്നതിനിടയിൽ കെട്ടിട ഉടമ മീരാ വിനോദിന്റെ ഭർത്താവ് അജിത്തിന് വീടിന്റെ താക്കോൽ കൈമാറും.

അവനത് വാങ്ങി അവളുമായി ചവിട്ടുപടി കയറി രണ്ടാം നിലയിലെ അവരുടെ വീട്ടിലേക്ക് പോവുകയാണ്.

വിനോദിന്റെയും മീരാ വിനോദിന്റെയും മുഖത്ത് ഒരു ആശ്ചര്യ ഭാവം.

ഈ പണി തീരാത്ത വീട്ടിൽ ധ്യതി പിടിച്ച് എന്തിനായിരിക്കും താമസിക്കുവാൻ വേണ്ടി തിടുക്കം കാണിക്കുന്നത്?

അവർ അടക്കിപ്പിടിച്ച് പുലമ്പുന്നുണ്ടായിരുന്നു.

ശർമ്മാ ബിൽഡിങ്ങിന്റെ അഞ്ച് നില കെട്ടിടത്തിന്റെ പുറമേ നിന്നുള്ള രാത്രിക്കാഴ്ചയിൽ അജിത്തിന്റെ രണ്ടാം നിലയിലെ വീടിനുള്ളിലെ ലൈറ്റുകൾ കത്തിക്കിടക്കുന്നു.

മീനാക്ഷി സാധനങ്ങൾ അടുക്കിവെക്കുന്ന തിരക്കിലാണ്. അജിത്ത് അവളെ നല്ലവണ്ണം സഹായിക്കുന്നുണ്ട്.

പണി അല്പം ഒതുങ്ങിയപ്പോൾ കൈയും മുഖവും കഴുകി അവൻ ഫോണെടുത്ത് നോക്കി. മൂന്ന് മിസ്സ്ഡ് കാൾ വന്നതിന്റെ നോട്ടിഫിക്കേഷൻ.

അവൻ ആ നമ്പറിൽ ഫോൺ സ്പീക്കറിലിട്ട് തിരിച്ചു വിളിക്കും.

മറുതലയ്ക്കൽ ഒരാൾ സ്വയം പരിചയപ്പെടുത്തി. താൻ ജോർജ്ജ് ആലുഞ്ചേരിയാണെന്നും ബംഗളൂർ സൗത്ത് സോണിലെ മലയാളി

അസോസിയേഷൻ പ്രസിഡന്റ് ആണെന്നും മാത്രവുമല്ല, അജിത്തിന് പോലീസുകാരുമായി ബംഗളൂരിൽ വല്ല പ്രശ്നവും ഉണ്ടായിട്ടുണ്ടോയെന്ന് കൂടി ചോദിക്കും.

അവൻ ഉണ്ടെന്ന് മറുപടി പറയും.

സ്റ്റേഷനിൽ നിന്നും വിളിച്ചിട്ടും അജിത്ത് ഫോൺ എടുക്കാത്തതിന്റെ കാരണവും അയാൾ തിരക്കും.

പ്രശ്നം അയാളുടെ ചെവിയിലെത്തിയിരിക്കുകയാണ്. എത്രയും പെട്ടെന്ന് അജിത്തുമായി ഒരു കൂടിക്കാഴ്ച നടത്തണം.

ചിക്ക ബേഗൂരിലാണ് അയാളുടെ പാർട്ടി ഓഫീസ് സ്ഥിതിചെയ്യുന്നത്. ലൊക്കേഷൻ അയച്ചുതരും. തീർച്ചയായും വരണം.

അയാളെ വിശ്വസിക്കണമെന്നും വന്നേ പറ്റു എന്നും തീർത്ത് പറയും.

അവൻ മാനസിക പിരിമുറുക്കത്തൽ ചോദിക്കും "വേറെ പ്രശ്നമൊന്നുമില്ലല്ലോ?"

ഇല്ല, ധൈര്യമായി പോന്നോളൂ. അയാൾ ബണ്ടാര ബൊമ്മനഹള്ളി എൻ ഡി സി പാർട്ടിയെ പ്രതിനിധീകരിച്ച് ഈ വരുന്ന നിയമ സഭാ ഇലക്ഷൻ മത്സരിക്കുവാൻ നോമിനേഷൻ കൊടുക്കുവാനുള്ള തയ്യാറെടുപ്പിലാണ്.

അയാളുടെ പാർട്ടി ഓഫീസ് സ്ഥിതി ചെയ്യുന്ന ലൊക്കേഷനാണ് അജിത്തിന് അയച്ചു തന്നിരിക്കുന്നത്.

ധൈര്യമായി പോന്നോളൂ എന്ന് ധൈര്യം കൊടുത്തുകൊണ്ട് ജോർജ്ജ് ആലുഞ്ചേരി കാൾ കട്ട് ചെയ്തു.

അജിത്ത് ഉടനെ ഗിരീഷിനെ വിളിച്ചു.

പക്ഷെ ഗിരീഷ് ഇപ്പോൾ ബംഗളൂരിൽ ഇല്ലായെന്നും പകരം അവന്റെ കൂട്ടുകാരൻ അരവിന്ദ് ഇലക്ട്രോണിക് സിറ്റിയിലുണ്ടെന്നും അവന്റെ നമ്പർ അയച്ചുതരാമെന്നും പറയും.

മാത്രമല്ല, അവൻ അജിത്തിന് ഈ കാര്യത്തിൽ നല്ലതുപോലെ ഉപകരിക്കുമെന്നും പറഞ്ഞ് കാൾ കട്ട് ചെയ്തു.

ഗിരീഷുമായി സംസാരിച്ചു കഴിഞ്ഞ ഉടനെ ഡോറിൽ ആരോ മുട്ടുന്ന ശബ്ദം കേട്ടു.

വാതിൽ തുറന്ന് നോക്കിയപ്പോൾ സൊമാറ്റോ ഏജന്റ് ഭക്ഷണവുമായി എത്തി നിൽക്കുന്നു.

ടേബിളിലിരുന്ന് ഭക്ഷണം കഴിക്കുന്നതിനിടയിൽ ജോർജ്ജ് ആലുഞ്ചേരിയുടെ ഫോൺ സംഭാഷണത്തെക്കുറിച്ച് ചർച്ച ചെയ്തു.

അയാൾ വിളിക്കുന്ന ഇടത്തേക്ക് പോകണമോ വേണ്ടയോ എന്ന്?

ഒടുവിൽ ഭക്ഷണവും കഴിച്ച് വസ്ത്രങ്ങൾ മാറി ജി പി എസ് ട്രാക്കർ ജീൻസിന്റെ ഹുക്കിൽ പിടിപ്പിച്ച് അതിന് പുറമെ ജാക്കറ്റണിഞ്ഞ് എന്തോ തിരയുകയാണ്.

ഒടിവിൽ തോക്ക് കണ്ടെത്തി അറയിൽ തിരുകി വെച്ചു.

ഈ രംഗങ്ങളെല്ലാം മീനാക്ഷി അവിടെ നിന്നും കാണുന്നുണ്ടായിരുന്നു.

അവൾ ആകെ അസ്വസ്ഥതയിലാണ്.

ഉടനെ അജിത്ത് ബുള്ളറ്റുമായി ഇലക്ട്രോണിക് സിറ്റി ഫേസ് ഒന്നിലെ അരവിന്ദ് താമസിക്കുന്ന അപ്പാർട്മെന്റിൽ എത്തിച്ചേർന്നു. അഞ്ചാം നിലയിലെ അരവിന്ദന്റെ വീട്ടിലെത്തിയ അജിത്ത് വാതിലിൽ കൊട്ടി വിളിക്കുകയാണ്.

പക്ഷെ പ്രതികരണമൊന്നുമില്ല. അകത്ത് പാർട്ടി നടക്കുന്നതിന്റെ പാട്ട് കേൾക്കാം. അവൻ കാളിങ് ബെല്ലിൽ വിരലമർത്തി.

അരവിന്ദൻ കൂട്ടുകാരുമൊത്ത് നല്ല കമ്പനിയിലാണ്. മദ്യത്തിന്റെ ലഹരിയിൽ അവൻ വന്ന് വാതിൽ തുറന്നു.

അരവിന്ദനെ അജിത്ത് പരിചയപ്പെട്ടു.

പക്ഷെ അജിത്തിന് ഒരു കാര്യം മനസ്സിലായി, അരവിന്ദനെ കൂടെ കൊണ്ടുപോയിട്ട് ഒരു കാര്യവും ഇല്ലെന്ന്. അവൻ നല്ല പൂസാണ്.

അജിത്ത് അവനോട് യാത്ര പറഞ്ഞ് പുറത്തേക്കിറങ്ങി. അരവിന്ദൻ വാതിൽ അടയ്ക്കുകയും ചെയ്തു.

അജിത്ത് താഴെയിറങ്ങി ബുള്ളറ്റിനരികെ വന്ന് നിൽക്കുന്നതിന് മുമ്പ് ജീൻസിന്റെ പിന്നിൽ തിരുകി വെച്ചിരുന്ന തോക്ക് നല്ലവണ്ണം തിരുകി കൃത്യമാക്കി വെച്ചതിനുശേഷം മൊബൈലിൽ ഗൂഗിൾ മാപ്പ് ഓണാക്കി വണ്ടിയുടെ ഹോൾഡറിൽ ഘടിപ്പിച്ച് ഹെൽമറ്റുമണിഞ്ഞ് വണ്ടിയെടുത്ത് മുന്നോട്ട് പോയി.

ഇലക്ട്രോണിക് സിറ്റി എലിവേറ്റഡ് ഫ്ലൈ ഓവറിനു മുകളിലൂടെ പാർട്ടി ഓഫീസിനെ ലക്ഷ്യമാക്കി കുതിക്കുകയാണ് അവന്റെ ബുള്ളറ്റ്.

എൻ ഡി സി യുടെ പാർട്ടി ഓഫീസിനു മുന്നിൽ അജിത്തിന്റെ ബുള്ളറ്റ് വന്ന് നിന്നു.

അവൻ ഫോണെടുത്ത് ജോർജ്ജ് ആലുഞ്ചേരിയെ വിളിക്കും. പാർട്ടി ഓഫീസിലെ ഡോർ തുറന്ന് ജോർജ്ജ് ആലുഞ്ചേരിഅജിത്തിനെ ഓഫീസിലേക്ക് ക്ഷണിച്ചു.

അകത്തേക്ക് കടന്ന് വന്ന അജിത്തിന് അവിടെ ഇരിക്കുകയായിരുന്ന മൂന്നുപേരെ ജോർജ്ജ് ആലുഞ്ചേരിപരിചയപ്പെടുത്തി കൊടുക്കും.

സിവിൽ ഡ്രസ്സിൽ ഇരിക്കുന്ന രണ്ടുപേർ പോലീസുകാരാണെന്നും മറ്റൊരാൾ എതിർ പാർട്ടിയുടെ അദ്ധ്യക്ഷൻ ഗൊറുണ്ടെയഇളപ്പയുമാണെന്ന് പറയും

അജിത്ത് ഭയപ്പാടോടെ മുഖത്ത് ഒരു പുഞ്ചിരി വരുത്തി അവരെ അഭിവാദ്യം ചെയ്യും ചെയ്യും.

ജോർജ്ജ് ആലുഞ്ചേരി അവനോട് ഇരിക്കുവാൻ പറഞ്ഞു. അവൻ ഓഫീസിനകം മൊത്തത്തിൽ വീക്ഷിച്ചുകൊണ്ട് ചെയറിൽ ഇരുന്നു.

തൽസമയം ടി വി യിൽ കന്നഡ രാഷ്ട്രീയത്തിന്റെ വാർത്തയാണ് വായിക്കുന്നത്.

മറ്റൊരു ഭാഗത്ത് ബാനറും തോരണങ്ങളും കൂട്ടിയിട്ടിരിക്കുന്നതും കാണാം.

ജോർജ്ജ് ആലുഞ്ചേരി അജിത്തിന്റെ വിശേഷങ്ങളും ജോലി ചെയ്യുന്ന ഓഫീസിനെക്കുറിച്ചും ചോദിച്ചു മനസ്സിലാക്കിയ ശേഷം കന്നഡ ഭാഷയിൽ ഗൊറുണ്ടെയഇളപ്പയോട് വിവരിച്ചു കൊടുക്കും.

ഒരു നിമിഷത്തെ നിശബ്ദതയ്ക്കു ശേഷം ജോർജ്ജ് ആലുഞ്ചേരി ഫോണെടുത്ത് അള്ളാരാമകൃഷ്ണ റെഡ്ഡിയെ വിളിച്ചു.

അജിത്തിന് ടെൻഷൻ ആയി. പെട്ടു പോയോ എന്നൊരു തോന്നൽ.

അൽപ സമയത്തിനകം ഡോർ തുറന്ന് അള്ളാ രാമകൃഷ്ണ റെഡ്ഡി അകത്തേക്ക് പ്രവേശിച്ചു.

അയാളെ കണ്ടതും അജിത്തിന്റെ നെഞ്ചിടിപ്പ് വർദ്ധിച്ചു.

അന്ന് പോലീസ് സ്റ്റേഷനിൽ വെച്ചാണ് അയാളെ അവൻ അവസാനമായി കണ്ടത്. അയാളുടെ മൂക്കിലേറ്റ ക്ഷതം ഇപ്പോൾ ചെറിയ പാടുപോലെ കാണുന്നുണ്ട്.

അള്ളാ രാമകൃഷ്ണ റെഡ്ഡി കസേര വലിച്ചിട്ട് ഇരുന്ന ശേഷം അജിത്തിനെ നോക്കി ഒന്ന് പുഞ്ചിരിക്കും.

എങ്കിൽ അജിത്ത് മലയാളത്തിൽ പറഞ്ഞോളൂ, താൻ അത് കന്നടയിൽ രാമകൃഷ്ണ റെഡ്ഡി യോട് പറഞ്ഞു മനസ്സിലാക്കി കൊടുത്തുകൊള്ളാമെന്ന് ജോർജ്ജ് ആലുഞ്ചേരി പറയും.

അജിത്ത് ഉണ്ടായ സംഭവങ്ങൾ വ്യക്തമായി ജോർജ്ജ് ആലുഞ്ചേരിയോട് വിശദീകരിക്കും. ജോർജ്ജ് ആലുഞ്ചേരി കന്നട ഭാഷയിൽ മറ്റുള്ളവരോട് അത് വിശദീകരിച്ച് കൊടുക്കുകയും ചെയ്യും.

ചർച്ചയ്ക്ക് ഒടുവിൽ ജോർജ്ജ് ആലുഞ്ചേരി അജിത്തിനോട് പറയും നഷ്ട പരിഹാരമായി നഷ്ടപ്പെട്ടതിന്റെ ഇരട്ടിത്തുക അവർ അജിത്തിനുവേണ്ടി മാറ്റി വെച്ചിട്ടുണ്ട്.

അത് വാങ്ങി അജിത്ത് ഇതിൽ നിന്നും പിന്മാറണം.

കാരണം ഈ പ്രശ്നം എം എൽ എ മുതൽ കമ്മീഷണറും അതിനു മുകളിലുള്ള ഉദ്യോഗസ്ഥരും അറിഞ്ഞിട്ടുള്ളതാണ്. അതുകൊണ്ട് പ്രശ്നം ഇന്നുതന്നെ പരിഹരിച്ചാൽ അത്രയും നല്ലത്.

എം എൽ എ യുടെ വീട് ഇവിടെ അടുത്ത് തന്നെയാണ്. അദ്ദേഹത്തെ കണ്ട് ഈ പ്രശ്നം പരിഹരിച്ചിട്ട് നമുക്ക് ഉടനേ വരാം.

ഒടുവിൽ മനസ്സില്ലാ മനസ്സോടെ അജിത്ത് എം എൽ എ യെ കാണാൻ തയ്യാറായി. അവർ എല്ലാവരും ഓഫീസിൽ നിന്നും പുറത്തേക്കിറങ്ങി.

എം എൽ എ യുടെ വീടിന്റെ കവാടത്തിനു മുന്നിൽ ഒരു ചുവന്ന പജിറോ കാർ വന്ന് ഹോൺ മുഴക്കി.

തൊട്ടു പിന്നാലെതന്നെ അജിത്തിന്റെ ബുള്ളറ്റും അവിടെ വന്ന് നിന്നു.

സെക്യൂരിറ്റി ഗേറ്റ് തുറന്ന് കൊടുത്തു. പജിറോ ഗേറ്റ് കടന്ന് വീടിന്റെ മുന്നിൽ ചെന്നു നിന്നു.

അതിൽ നിന്നും അഞ്ചു പേരും പുറത്തേക്കിറങ്ങി.

ഈ സമയം അജിത്ത് നടന്ന് അകത്തേക്ക് കിടക്കവേ സെക്യൂരിറ്റി ഗേറ്റ് പൂട്ടുവാൻ ശ്രമിക്കുകയാണ്.

അയാൾ അവനോട് ആരാ, എന്താ എന്നൊക്കെ ചോദിക്കും.

താൻ അവരുടെ കൂടെ വന്നതാണെന്ന് പറയലും അകത്ത് കടന്നവരിൽ ഒരാൾ കൈ ഉയർത്തി കാട്ടി അവനെ കടത്തി വിടുവാൻ പറയും.

തൽക്ഷണം സെക്യൂരിറ്റി അജിത്തിനെ കടത്തി വിടും. അവൻ അവർക്കൊപ്പം ആ വളപ്പിൽ തന്നെയുള്ള ഒരു ഔട്ട് ഹൗസിലേക്ക് കടന്നു.

വിശാലമായ ഹാളിൽ അവരെല്ലാവരും കടന്ന് ചെന്ന് ഇരിക്കുകയാണ്. ഈ സമയം ഓഫ് ക്രീം ഫുൾ കൈ ഷർട്ടും കസവിന്റെ മുണ്ടും കൈയിലും വിരലിലും സ്വർണ്ണാഭരണങ്ങൾ അണിഞ്ഞ് എം എൽ എ രാമലിംഗ റെഡ്ഡി ഹാളിലേക്ക് കടന്നു വന്നു.

അയാളെ കണ്ടതും എല്ലാവരും എഴുന്നേറ്റ് നിന്ന് ആദരവ് പ്രകടിപ്പിക്കും.

അയാൾ എല്ലാവർക്കും ഒരു പുഞ്ചിരി നൽകി ഇരിക്കുവാൻ പറയും.

ഒരു നിമിഷത്തെ നിശ്ശബ്ദതയ്ക്ക് ശേഷം അയാൾ അവനെ നോക്കി അള്ളാ രാമകൃഷ്ണ റെഡ്ഡിയോട് ചോദിക്കും :

"ഇതാണല്ലേ അജിത്?" അതെയെന്ന് രാമകൃഷ്ണ റെഡ്ഡി പറയും. കാര്യങ്ങളൊക്കെ എവിടെവരെയായെന്ന് ചോദിച്ച് അവർ പരസ്പരം കന്നഡ ഭാഷയിൽ സംസാരിക്കും.

അജിത്തും പോലീസുകാരനും നിശബ്ദരായി ഇരിക്കുന്നു.

അവരുടെ ചർച്ചയ്ക്കൊടുവിൽ ജോർജ്ജ് ആലുഞ്ചേരി അജിത്തിനോട് പറയും "നഷ്ട പരിഹാരം വാങ്ങി പ്രശ്നം പരിഹരിക്കാനാണ് സാറ് പറയുന്നത്. എന്താ തയ്യാറല്ലേ?"

അയാളുടെ ചോദ്യത്തിന് എന്ത് മറുപടി പറയണമെന്നറിയാതെ സാഹചര്യങ്ങളുടെ സമ്മർദ്ദത്തിന് വഴങ്ങി എങ്കിൽ അങ്ങനെ ചെയ്യാമെന്ന് മറുപടി കൊടുക്കും.

മാത്രമല്ല ഭാവിയിൽ തനിക്ക് ഈ വിഷയത്തിൽ ഒരു പ്രശ്നവും ഉണ്ടാകരുതെന്നും ആവശ്യപ്പെട്ടു.

അജിത്തിന് ഇനി ഒരു പ്രശ്നവും ഉണ്ടാകില്ല. അവരെ വിശ്വസിക്കാം. എങ്കിൽ പരാതികളെല്ലാം മറന്ന് കേസ് പിൻവലിച്ച് നമുക്ക് മറ്റു കാര്യങ്ങളിലേക്ക് കടക്കാം.

ഇതെല്ലാം കേട്ടിരുന്ന എം എൽ എ യോട് ജോർജ്ജ് ആലുങ്ങേരി കന്നഡ ഭാഷയിൽ പറയും.

"അജിത്ത് പ്രശ്നം പരിഹരിക്കാൻ തയ്യാറാണ്. അവന് കുഴപ്പമൊന്നുമില്ലല്ലോ. ഭാവിയിൽ മറ്റു കുഴപ്പങ്ങൾ ഉണ്ടാകരുതെന്നാണ് അവന്റെ ആവശ്യം."

ഇത് കേട്ട് എം എൽ എ പതുക്കെ എഴുന്നേറ്റു.

ഉടനെ മറ്റുള്ളവരും എഴുന്നേൽക്കും.

എങ്കിൽ അജിത്തിന് വേണ്ടപോലെ കാര്യങ്ങൾ തീർപ്പാക്കി കൊടുക്കുവാൻ പറഞ്ഞ് എം എൽ എ അവരോടു കൈകൂപ്പി കാണിച്ച് ആ ഹാളിൽ നിന്നും പുറത്തേക്ക് കടന്നു.

അവരും അയാൾക്ക് പിന്നാലെ ഇറങ്ങി ആ പരിസരത്തെത്തി.

അവിടെ വെച്ച് അജിത്തിനോട് ജോർജ്ജ് ആലുങ്ങേരി പറയും "അജിത്ത് പോയിക്കൊള്ളൂ, നഷ്ട പരിഹാരം വേഗത്തിൽ നടപ്പാക്കാം "

താൻ ഉടനെ വിളിച്ചോളാമെന്ന് പറഞ്ഞ് അയാളും കൂട്ടരും ആ ചുവന്ന പജിറോ യിലേക്ക് കയറി ഡോർ അടച്ചു.

അജിത്ത് ഗേറ്റ് കടന്ന് പുറത്തേക്കിറങ്ങി ബുള്ളറ്റെടുത്ത് വീട്ടിലേക്ക് പോയി.

സുരക്ഷിതമായി വീട്ടിൽ എത്തിയ അവൻ ഒന്ന് കുളിച്ചതിനു ശേഷം കിടപ്പ് മുറിയിൽ ഇരുന്ന് അജിത്ത് മീനാക്ഷിയോട് ജോർജ്ജ് ആലുങ്ങേരിയുടെ എൻ ഡി എസ് ഓഫീസിലെ ചർച്ചയും എം എൽ എ യുടെ വീട്ടിലെ ചർച്ചയും വിശദീകരിക്കും.

എങ്കിൽ നമുക്ക് നിർബന്ധമായും ഒരു നിയമോപദേഷ്ടാവിനെ വേണ്ടതല്ലേ? അങ്ങനെയെങ്കിൽ ബാംഗ്ലൂർ മലയാളിയായ ഒരു വക്കീലിനെ ബന്ധപ്പെടാം. എന്ന് അവൾ ആവശ്യപ്പെടും.

അവൻ ഉടനെ ഫോണെടുത്ത് ലോ - റാ റ്റാ ആപ്പ് മുഖാന്തിരം ഒരു വക്കീലിനെ ബന്ധപ്പെട്ടു.

നാൻസി എന്നാണ് അവരുടെ പേര്.

അവരോട് ഉണ്ടായ സംഭവം ഒരു ഭയപ്പാടോടെയാണ് അവൻ ധരിപ്പിച്ചത്.

പേടിക്കാനൊന്നുമില്ലയെന്നും അവരെ നാളെ ഉച്ചയൂണിനു ശേഷം നേരിൽ വന്ന് കാണുവാനും പറയും.

മാത്രവുമല്ല, അവരുടെ സീനിയർ പ്രഭാകര ശാസ്ത്രി സാറുമായി ഈ വിഷയം സംസാരിച്ചുവെക്കും.

ഓഫീസ് അഡ്രസ്സും ഒത്തുചേരൽ സമയവും വാട്സ് ആപ്പ് ചെയ്യാമെന്നും പറഞ്ഞ് നാൻസി വക്കീൽ കാൾ കട്ട് ചെയ്തു.

അടുത്ത ദിവസം ഓഫീസിൽ നിന്നും നേരത്തെയിറങ്ങിയ അജിത്ത് മല്ലേശ്വരം മാരിയമ്മൻ ടെമ്പിളിന് സമീപമുള്ള പ്രഭാകര ശാസ്ത്രിയുടെ ഓഫീസിന് മുന്നിൽ അജിത്തും മീനാക്ഷിയും ബുള്ളറ്റിൽ വന്നിറങ്ങി.

ഒന്ന് രണ്ട് ക്യാബിനുകളുള്ള ഓഫീസിലെ സോഫയിൽ അജിത്തും മീനാക്ഷിയും വന്നിരുന്നു. കുറച്ച് വക്കീലൻമ്മാർ ഫയലുകൾ നോക്കി കക്ഷികളുമായി ചർച്ച ചെയ്യുന്നുണ്ട്.

തൽസമയം നാൻസി വക്കീൽ വന്ന് അവരെ പരിചയപ്പെട്ട് പ്രഭാകര ശാസ്ത്രിയുടെ ക്യാബിനിലേക്ക് കൂട്ടികൊണ്ടുപോകും.

പ്രഭാകർ ശാസ്ത്രി ഒരു ഫയൽ നോക്കി ഇരിക്കുകയാണ്. അയാൾക്ക് അഭിമുഖമായി ടിപ്പ് ടോപ്പിൽ വേറൊരാളും ഇരിപ്പുണ്ട്.

അങ്ങോട്ടേക്ക് കടന്നുവരുന്ന അവരോട് പ്രഭാകർ ശാസ്ത്രി ഇരിക്കുവാൻ പറഞ്ഞു.

അവർ ഇരിക്കുന്നതിനിടയിൽ പ്രഭാകർ ശാസ്ത്രിയെയും വർഗീസിനെയും നാൻസി വക്കീൽ പരിചയപ്പെടുത്തി കൊടുക്കും.

മാത്രമല്ല, അജിത്തിന്റെ കേസ് പ്രഭാകർ ശാസ്ത്രിയോട് വിശദീകരിച്ചു കൊടുക്കുകയും ചെയ്യും.

ഒടുവിൽ അജിത്തിന്റെ പക്കലുള്ള തെളിവുകളുടെ ശേഖരണം പ്രോജെക്ടറിൽ കാണിച്ച് ഉറപ്പുവരുത്തും.

ഇതെല്ലം സസൂക്ഷ്മം മനസ്സിലാക്കിയ പ്രഭാകർ ശാസ്ത്രി കേസ് ഏറ്റെടുത്തുകൊണ്ടു പറയും "കോടതിയിൽ റിട്ട് ഫയൽ ചെയ്താലോ ?"

അജിത്തും മീനാക്ഷിയും മുഖത്തോട് മുഖം നോക്കി

എന്താണ് ഈ റിട്ട് ?

റിട്ട് എന്താണെന്ന് അവർക്ക് അറിയില്ലെങ്കിലും നാൻസി വക്കീലിനെ നോക്കി റിട്ട് കൊടുത്തുകൊള്ളുവാൻ പറയും.

എങ്കിൽ വക്കാലത്ത് ശരിപ്പെടുത്തുവാനും എൻ ഡി സി നേതാവിന്റെ കോൺടാക്ട് നമ്പർ വാങ്ങിവെക്കുവാനും പ്രഭാകർ ശാസ്ത്രി വക്കീലിനോട് നിർദ്ദേശിക്കും.

അജിത്ത് നാൻസി വക്കീലിന് എൻ ഡി സി നേതാവിന്റെ നമ്പർ കൈമാറി അവരോടു താങ്ക്സ് പറഞ്ഞ് പുറത്തേക്കിറങ്ങും.

അന്ന് രാത്രയിൽ ഫോർട്ടി സിക്സ് ഔൺസ് ബ്രൂ ഗാർഡൻ റെസ്റ്റോറന്റിൽ അജിത്തും മീനാക്ഷിയും ഭക്ഷണം കഴിക്കുന്നതിനിടയിൽ ഒരു കാൾ വന്നു. മറുതലയ്ക്കൽ ജോർജ്ജ് ആലുഞ്ചേരിയാണ്. അയാൾ അജിത്തിനോട് ചൂടാവുകയാണ്. അവൻ തെളിവുകൾ നിരത്തി കേസുമായി മുന്നോട്ട് പോകുന്ന വിവരം അയാൾ അറിഞ്ഞെന്നും രമ്യതയിൽ പ്രശ്നം പരിഹരിക്കാമെന്നും പറഞ്ഞ് പിരിഞ്ഞവരാണല്ലോ നമ്മൾ.

അയാളുടെ സംസാരം കാട് കയറുന്നതിനിടയിൽ ഇടയ്ക്ക് കയറി ഈ വിഷയം ആലുഞ്ചേരി എങ്ങിനെ അറിഞ്ഞെന്ന് അജിത്ത് ചോദിക്കും.

പക്ഷെ, അയാൾ കൃത്യമായി അതിനൊരുത്തരം നൽകാൻ തയ്യാറായില്ല. മാത്രവുമല്ല, ഉടനേ അയാൾക്ക് അജിത്തിനെ നേരിൽ കാണണമെന്നും പറയും.

പക്ഷെ അജിത്ത് അയാൾ പറയുന്നത് ഗൗരവമായി എടുക്കാതെ കാൾ കട്ട് ചെയ്യും.

ഭക്ഷണം കഴിച്ചതിനുശേഷം അജിത്തും മീനാക്ഷിയും ഗാർഡനിൽ വന്നിരുന്ന് അവിടുത്തെ സ്റ്റേജ് പ്രോഗ്രാം ആസ്വദിച്ച് വിശ്രമിക്കുന്നതിനിടയിൽ ഈ പ്രശ്നവുമായി മുന്നോട്ട് പോകുവാൻ തീരേ താല്പര്യമില്ലെന്ന് അവൾ പറയും.

അജിത്ത് അവളെ പറഞ്ഞ് മനസിലാക്കി ബോധവതിയാക്കി കൊടുത്തു.

ബംഗളൂരിൽ ജോലി തേടി അന്യ സംസ്ഥാനങ്ങളിൽ നിന്നും വരുന്നവർക്ക് ഇതൊരു ഭീഷണിയാകില്ലേ.

അവൻ പറയുന്നത് പകുതി മീനാക്ഷി ഉൾക്കൊണ്ടുവരുന്നുണ്ടെന്ന് അവളുടെ മുഖഭാവത്തിൽ നിന്നും മനസ്സിലാക്കിയ അവൻ

ഫോണെടുത്ത് നാൻസി വക്കീലിനെ ഫോണെടുത്ത് വാട്ട്സപ്പ് കാൾ ചെയ്യും.

ജോർജ്ജ് ആലുഞ്ചേരി അവനെ വിളിച്ച കാര്യവും അവന്റെ ചോദ്യത്തിൽ നിന്നും അയാൾ ഒഴിഞ്ഞുമാറുന്നു കാര്യവും അജിത്ത് നാൻസി വക്കീലിനോട് പറയും.

"കോടതിയിൽ പോയാൽ നഷ്ടപരിഹാരം കിട്ടാൻ സാദ്ധ്യതയില്ലെന്നും ഇപ്പോൾ എതിർ പാർട്ടി പറഞ്ഞിരിക്കുന്ന തുക നല്ലൊരു നഷ്ടപരിഹാര വാഗ്ദാനമല്ലെയെന്നും അജിത്ത് നൽകിയിരിക്കുന്ന തെളിവുകൾ കണ്ട് അവർ ഞെട്ടിയിരിക്കുകയാണ്" എന്നും പറയും

ശേഷം ഒരു സെക്കൻഡ് ഹോൾഡ് ചെയ്യുവാൻ പറഞ്ഞ് അവരുടെ ഭർത്താവായ വർഗ്ഗീസിന് ഫോൺ കൈമാറും.

"അജിത്തിന് നാൻസി പറഞ്ഞതെല്ലാം മനസ്സിലായില്ലേ?"

അവൻ മനസ്സിലായെന്നും ശാസ്ത്രി സാറിന് നൽകിയ അഡ്വാൻസ് തുകയെ കുറിച്ച് ചോദിച്ചു.

"അത് അയാൾ ശാസ്ത്രി സാറുമായി സംസാരിച്ച ശേഷം അജിത്തിനോട് പറയാം" എന്നും പറഞ്ഞ് കാൾ കട്ട് ചെയ്തു.

അടുത്ത ദിവസം ഓഫീസ് വിട്ട് വീട്ടിലേക്ക് ബുള്ളറ്റിൽ സഞ്ചരിക്കുകയായിരുന്ന അജിത്തിന് ഒരു കാൾ വന്നു.

പക്ഷെ അവനത് എടുത്തില്ല. സൈലന്റിലാക്കി മുന്നോട്ട് പോവുകയാണ്.

വീണ്ടും കാൾ വന്നു. അപ്പോഴും സൈലന്റിലാക്കുകയാണ് ചെയ്തത്.

വീണ്ടും കാൾ വന്നു. അതൊരു ശല്യമായി തോന്നിയപ്പോൾ വണ്ടി ഒരു ഭാഗത്ത് ഒതുക്കി നിർത്തി കാൾ അറ്റൻഡ് ചെയ്യും.

താൻ കെ ആർ പുരം ശിവകുമാർ ആണെന്നും കെ ആർ പുരം മലയാളി അസോസിയേഷനിലെ അംഗമാണെന്നും ആലുഞ്ചേരി അയാളുടെ സുഹൃത്താണെന്നും പറയും.

മാത്രമല്ല ജോർജ്ജ് ആലുഞ്ചേരി വിളിച്ചിട്ട് അജിത്ത് ഫോൺ എടുക്കാതിരുന്നതിന്റെ കാരണവും ചോദിച്ചു.

അജിത്തിന് ഈ വിഷയം അവരോടു സംസാരിക്കുവാൻ താല്പര്യമില്ലെന്നും എല്ലാം നിയമ പരമായി തന്നെ പോകട്ടെയെന്നും പറഞ്ഞ് കാൾ കട്ട് ചെയ്തു.

ഫോൺ പോക്കറ്റിൽ വെച്ച് വണ്ടി സ്റ്റാർട്ട് ചെയ്യവേ അപ്പുറത്ത് മാറി നിന്ന് ഒന്ന് രണ്ട് ബൈക്ക് യാത്രികർ അവനെ ശ്രദ്ധിക്കുന്നുണ്ടായിരുന്നു.

ബുള്ളറ്റ് ഓടിക്കൊണ്ടിരിക്കുമ്പോൾ അവനെ മറികടന്ന് പോകാതെ അവർ പിൻതുടരുന്നത് റിയർ മിററിലൂടെ അവൻ കാണുന്നു.

തന്നെ ഫോളോ ചെയ്യുകയാണെന്ന് മനസ്സിലാക്കിയ അവൻ തിരക്കും ബഹളവും ഇല്ലാത്ത ഒരു ഭാഗത്തേക്ക് ബുള്ളറ്റ് തിരിച്ചു വിടും.

പെട്ടെന്ന് തന്നെ ബുള്ളറ്റിനു മുന്നിൽ ഒരു ബൈക്ക് വട്ടം നിർത്തുവാൻ ശ്രമിക്കുന്നു.

ആ ബൈക്കിന്റെ പിൻവശത്തുള്ളത് മാടേഷാണ്. ബൈക്കിൽ നിന്നും ഇരുമ്പ് ദണ്ഡ് എടുക്കുവാൻ മാടേഷ് ഒരുങ്ങുമ്പോഴേക്കും അജിത്ത് ബുള്ളറ്റ് റേസ് ചെയ്ത് വേഗത്തിൽ വഴിമാറി പോകുന്നു.

മാടേഷും സംഘവും അവനെ പിൻതുടരുന്നു.

ഇടയ്ക്ക് വെച്ച് ഓഫ് റോഡിലൂടെ യൂക്കാലി മരക്കാടുകൾ താണ്ടി ബൈക്കുകളിൽ നിന്നും രക്ഷ നേടാൻ ബുള്ളറ്റിൽ പായുകയാണ് അജിത്ത്.

ഇടയ്ക്കുവെച്ച് മാടേഷിനും സംഘത്തിനും അജിത്ത് പോയ വഴി പിടികിട്ടാതെ വരുന്നു.

ഒടുവിൽ അവരോരുത്തരുമായി പല വഴികളിലായി തിരിഞ്ഞ് അന്വേഷണം തുടരുന്നു.

മാടേഷും സംഘവും ആ യൂക്കാലി കാടുകളിലും പരിസര പ്രദേശങ്ങളിലും ആല പാഞ്ഞ് അജിത്തിനെ തിരയുകയാണ്. സമയം കടന്നുപോയി.

രാത്രിയായി.

കാടിനോട് ചേർന്ന് അധികം വെളിച്ചമില്ലാത്ത കൊച്ചുകുടിലുകൾ ഉൾപ്പെടുന്ന പരിസരങ്ങളിലൂടെ മെയിൻ റോഡിലേക്കുള്ള വഴി അന്വേഷിച്ച് നട്ടം തിരിയുന്ന അജിത്ത് പെട്ടെന്നൊരു കുഴിയിൽ വീണു.

വീണിടത്തുനിന്ന് എഴുന്നേറ്റ് ബുള്ളറ്റ് നിവർത്തി വെക്കുന്ന അജിത്തിന്റെ മുഖത്തേക്ക് ഒരു ഹെഡ് ലൈറ്റിന്റെ വെളിച്ചം പതിക്കുന്നു.

കണ്ണ് മഞ്ഞളിക്കുന്ന വെളിച്ചത്തിൽ അജിത്ത് അത് മാടേഷാണെന്ന് തിരിച്ചറിയുന്നു.

തൽസമയം ബൈക്കിൽ ചീറിപ്പാഞ്ഞെത്തിയ മാദേഷ് കൈയിൽ കരുതിയ ഇരുമ്പ് ദണ്ഡ് അജിത്തിന് നേരെ വീശുമ്പോൾ കുതറി മാറുന്ന അജിത്ത് ഒന്ന് പിന്നോട്ടായുന്നു.

ബൈക്ക് നിർത്തിയിട്ട് മാദേഷ് ഇരുമ്പ് ദണ്ഡുമായി അജിത്തിന് അഭിമുഖമായി അടുക്കുന്തോറും ആ വരവിന് അനുസൃതമായി പിന്നാക്കം നടക്കുകയാണ് അജിത്ത്

കന്നഡ ഭാഷയിൽ ആക്രോശിച്ച് നടന്നടുക്കുന്ന മാദേഷ് അജിത്തിനെ അടിക്കുവാൻ ഇരുമ്പ് ദണ്ഡ് ഓങ്ങുമ്പോൾ അതിനെ ചെറുത്ത് മാദേഷിൽ നിന്ന് ഇരുമ്പ് ദണ്ഡ് ബലമായി പിടിച്ചു വാങ്ങി ദൂരേക്ക് എറിയുന്നു.

പ്രതീക്ഷിക്കാത്ത വിധം ഒരു ചീറ്റപ്പുലിയെപ്പോലെ മൃഗീയമായി മുന്നിലുള്ള എതിരാളിയെ അജിത്ത് കീഴ്പ്പെടുത്തുന്നു.

മാദേഷിനു മേൽ പൂർണ്ണമായും ആധിപത്യം സ്ഥാപിക്കുന്ന അജിത്ത് നിന്ന് മാദേഷിന്റെ അനുയായികൾ ബൈക്കുമായി വരുന്നുണ്ടെന്നു ശബ്ദം കേട്ട് അവനെ വലിച്ചിഴച്ച് പൂർവ്വ സ്ഥലത്തേക്ക് കൊണ്ടിടുന്നു.

ശേഷം അരയിൽ ഇരിക്കുന്ന തോക്കിൽ പിടിച്ച് മാദേഷിന്റെ കാലിൽ നോക്കി വെടി വെയ്ക്കണമോ വേണ്ടയോ എന്ന ചിന്തയിൽ വേണ്ടായെന്ന് തീരുമാനിച്ച് തോക്ക് അരയിൽത്തന്നെ തിരുകിവെച്ച് ബുള്ളറ്റ് സ്റ്റാർട്ട് ആക്കി അവിടെ നിന്നും മുന്നോട്ട് പോയി. കുടിലിന് പരിസരത്ത് ബൈക്കിന് സമീപം നിലം പരിശായി കിടക്കുന്ന മാദേഷിന്റെ ദൃശ്യമാണ് അടുത്തെത്തിയ അനുയായികൾ അവരുടെ ബൈക്കിന്റെ വെളിച്ചത്തിൽ കാണുന്നത്.

അജിത്ത് എവിടെയാണെന്നുള്ള വ്യാകുലത അവരുടെ കണ്ണുകളിൽ ഭീതി പടർത്തുന്നുണ്ട്.

വേറെ ഒരിടത്ത് അരണ്ട വെളിച്ചത്തിൽ ഒരു ഫാക്ടറിക്കുള്ളിൽ തൊഴിലാളികൾ പണിത്തിരക്കിലാണ്. അവരെ നിയന്ത്രിച്ച് നിർത്തുകയാണ് ഗോറുഡെയള്ളപ്പ . അയാൾക്ക് മുന്നിലായി തല്ല് കൊണ്ടു വന്ന് മാദേഷ് രക്തം വാർന്നൊലിച്ച് കലിയോടെ നിൽക്കുകയാണ്.

തൊട്ടടുത്ത് തന്നെ അനുയായികൾ നിസ്സഹായത പ്രകടിപ്പിച്ച് ഒപ്പമുണ്ട്.

എളയപ്പ മാദേഷിന്റെ മുഖത്തെ മുറിവുകളിൽ നിന്നും വാർന്നൊലിക്കുന്ന രക്തം തുടയ്ക്കുവാൻ തൂവാല നീട്ടി.

ആ തൂവാല നിരസിച്ചുകൊണ്ട് മാഠേഷ് പിറുപിറുത്തു. 'എനിക്കവനെ കൊല്ലണം "

ഇത് കേട്ട ഏളയപ്പ പെരിക്കൊന്നും പറ്റാത്ത അവന്റെ അനുയായികളെ ഉറ്റുനോക്കി.

തങ്ങൾക്കൊന്നും ചെയ്യുവാൻ സാധിച്ചില്ലല്ലോ എന്ന ഭാവം അവരിൽ നിഴലിച്ചു.

മാഠേഷ് വീണ്ടും പിറുപിറുത്തു.

"എനിക്കവനെ കൊല്ലണം " തൽസമയം അങ്ങോട്ടേക്ക് കടന്ന് വരുന്ന രാമകൃഷ്ണ റെഡ്ഡി കടുത്ത ദേഷ്യത്തിൽ

"മാഠേഷ് ..... "എന്ന് ഉച്ചത്തിൽ വിളിക്കുന്നു.

"ആരോട് ചോദിച്ചിട്ടാണ് നീ ഇതൊക്കെ ചെയ്തത് ?"

റെഡ്ഡിയുടെ ചോദ്യം കേട്ട് ഏളയപ്പ ഒന്ന് വിയർത്തു.

മാഠേഷിനും മിണ്ടാട്ടമില്ല.

"ഈ നിർണ്ണായക സമയത്ത് ഇങ്ങനെ ഓരോ തന്നിഷ്ടം കാട്ടിക്കൂട്ടിയാലുള്ള ഭവിഷത്ത് എന്താണെന്ന് നിനക്കറിയുമോ?"

റെഡ്ഡിയുടെ ആ ചോദ്യത്തിന് മാഠേഷിനു ഉത്തരമില്ല.

കലിയടങ്ങാതെ വിധം റെഡ്ഡി മാഠേഷിനെ ഏളയപ്പയുടെയും അനുയായികളുടെയും മുന്നിലിട്ട് ശകാരിക്കവേ ജോർജ്ജ് ആലുഞ്ചേരിയുടെ ഫോൺ കാൾ വരുന്നു .

കാൾ എടുത്ത റെഡ്ഡി, അലുഞ്ചേരി എന്തോ പറഞ്ഞത് കേട്ട് ശാന്തനായി.

മറുപടി എന്നോണം, അജിത്തിനോട് ഇത് പറഞ്ഞോ? റെഡ്ഡി അലുഞ്ചേരിയോട് ചോദിച്ചു.

അവൻ കാൾ എടുക്കുന്നില്ല എന്ന മറുപടിയാണ് അലുഞ്ചേരി റെഡ്ഡിക്ക് നൽകുന്നത്.

വല്ലാത്ത ഒരു ആശങ്ക റെഡ്ഡിയുടെ മുഖത്ത് പ്രകടമാകുമ്പോൾ ബാക്കിയുള്ളവരിലും അതു പ്രതിഫലിച്ചു.

തുടർന്ന് രാമകൃഷ്ണ റെഡ്ഡി എളയപ്പയോടായി പറയും "മുകളിൽ നിന്നും ഒരു കൽപ്പന ഉണ്ടായിരുന്നു. അജിത്തിനെതിരെ നമ്മുടെ ഭാഗത്തുനിന്നും ഒരു തരത്തിലുള്ള പ്രകോപന ശ്രമങ്ങൾ ഉണ്ടാവരുതെന്ന്

അവനെ അവരുടെ കൺമുമ്പിൽ തന്നെ നിർത്തി അവൻ എവിടെയാണെന്നും കാര്യങ്ങളുടെ പോക്ക് എങ്ങനെയാണെന്നും ഈ ഇലക്ഷൻ തീരുന്നതുവരെ നിരീക്ഷിച്ചുകൊണ്ടേയിരിക്കണം.

ഇത്രയും പറഞ്ഞ് മറ്റൊരു പ്രധാനപ്പെട്ട കാര്യം കൂടി റെഡ്ഡി എളയപ്പയോടും മാടേഷിനോടുമായി സൂചിപ്പിച്ചു.

"എൻ ഡി സി യിലെ മറ്റാരും ഇത് അറിയരുത്. കാരണം ഇലക്ഷന് ഇനി കഷ്ടിച്ച് ഒരു മാസം കൂടിയെ ഉള്ളൂ."

റെഡ്ഡി പറയുന്നത് അതേ അർത്ഥത്തിൽ ഗ്രഹിക്കാൻ എളയപ്പ ശ്രമിച്ചു.

കൂടെ നിൽക്കുന്നവർക്കും റെഡ്ഡി പറഞ്ഞ കാര്യങ്ങൾ ബോധ്യമായി.

മങ്ങിയ വെളിച്ചം മാത്രമുള്ള മുറിയ്ക്കുള്ളിൽ സോഫയിൽ ഇരുന്ന് ബിയർ കഴിച്ചുകൊണ്ടിരിക്കുന്ന അജിത്ത് ഒരു സിഗരറ്റ് എടുത്ത് പുകയ്ക്കുന്നു.

അതിനിടയിൽ കെ ആർ പുരം ശിവകുമാറിന്റെ കാൾ വരുന്നു. അവൻ ആ കാൾ എടുക്കുന്നില്ല.

ശേഷം അലങ്കേരിയുടെ കാളും അവൻ എടുക്കുന്നില്ല

അജിത്ത് എന്തോ കരുതിക്കൂട്ടിയ ഭാവത്തിൽ സോഫയിൽ വിരിഞ്ഞ് അമർന്നിരുന്നു.

അല്പനേരത്തെ വിശ്രമത്തിനൊടുവിൽ അടുക്കളയിൽ അത്താഴം പാചകം ചെയ്തുകൊണ്ടിരിക്കുകയായിരുന്ന മീനാക്ഷിയെ ഒരു കൈ സഹായം ചെയ്തു നിൽക്കുകയാണ്.. ഈ സമയം അജിത്തിന് നാൻസി വക്കീലിന്റെ കാൾ വന്നു.

ജോലിത്തിരക്കിലായിരുന്ന മീനാക്ഷിയുടെ അടുത്ത് നിന്ന് മാറി, അപ്പുറത്തേക്ക് നടന്ന അജിത്ത് ആ കാൾ അറ്റൻഡ് ചെയ്തു.

അജിത്തിനോട് ഇത് ഒരു കോൺഫ്രൻസ് കാൾ ആണെന്ന് ആദ്യമേ സൂചിപ്പിക്കുന്ന നാൻസി വക്കീൽ അവന്റെ അനുവാദത്തോടെ ആ കാളിൽ ജോർജ്ജ് അലഞ്ചേരിയെ കൂടി കണക്ട് ചെയ്യുന്നു.

അജിത്തിനെ അനുനയിപ്പിക്കുവാൻ ശ്രമിക്കുന്ന ജോർജ്ജ് ആലുഞ്ചേരിയോട്

"എന്ത് കാര്യത്തിനാണ് തന്റെ ഫോൺ നമ്പർ കെ ആർ പുരം ശിവകുമാറിന് കൊടുത്തതെന്നും മാടേഷ് തന്നെ വധിക്കുവാൻ വന്ന സാഹചര്യം കൂടി കണക്കിലെടുത്ത് തനിക്ക് ഇനി നിയമപരമായി മുന്നോട്ട് പോകുകയല്ലാതെ മറ്റു ഒത്തുതീർപ്പുകൾക്ക് താല്പര്യമില്ലെന്നും എടുത്തടിച്ചതുപോലെ പറഞ്ഞു.

അജിത്തിനോട് ശാന്തനാകുവാൻ ആവശ്യപ്പെട്ട് ആലുഞ്ചേരി ഒരു പ്രധാനപ്പെട്ട കാര്യം അവതരിപ്പിക്കും.

ഈ പ്രശ്നത്തിൽ ഇന്ത്യൻ രാഷ്ട്രീയത്തിലെ ഫണ്ടിങ് മാഫിയായിൽ പെടുന്ന ഒരു ഗ്രൂപ്പ് തന്നെ ഇടപെട്ടു കഴിഞ്ഞു.

ഇടയ്ക്ക് കയറി അജിത്ത് എന്തോ പറയുവാൻ ശ്രമിക്കുന്നതിനിടയിൽ വീണ്ടും അയാൾ തുടർന്നു.

"ഏറിയാൽ മൂന്ന് ദിവസത്തിനുള്ളിൽ ഈ വിഷയം ഒത്തുതീർപ്പായില്ലെങ്കിൽ മലയാളി അസോസിയേഷന്റെ ഭാഗത്ത് നിന്ന് ഇനി ഒരു സഹായവും ചെയ്യുവാൻ തനിക്ക് സാധിച്ചെന്ന് വരില്ല."

അതുകൊണ്ട് ഗൗരവമായി ആലോചിച്ച് ഒരു തീരുമാനത്തിലെത്തിച്ചേരാൻ അലുഞ്ചേരി അവനോട് ആവശ്യപ്പെടുന്നു.

അലുഞ്ചേരിയുടെ വാക്കുകൾക്ക് പിന്നാലെ നാൻസി വക്കീൽ കൂടി അജിത്തിനെ ഈ വിഷയത്തിൽ അനുനയിപ്പിക്കുവാൻ വാക്കുകൾ കൊണ്ട് ശ്രമിക്കുന്നു.

നിയമപരമായി മുന്നോട്ട് പോകുന്നതിനേക്കാൾ ഇപ്പോൾ ഇവർ നൽകാമെന്ന് പറയുന്ന ഓഫർ സ്വീകരിച്ച് ഈ കേസ് ഒത്തുതീർപ്പാക്കുന്നതല്ലേ നല്ലതെന്ന് നാൻസി വക്കീൽ അജിത്തിനോട് ചോദിക്കുന്നു.

മറുപടിയൊന്നും പറയാതെ അജിത്ത് എല്ലാം മൂളി കേൾക്കുകയാണ്.

മാടേഷിന്റെ വിഷയത്തിൽ രാമകൃഷ്ണ റെഡ്ഡിക്ക് പങ്കില്ലായെന്നും അവൻ തന്നിഷ്ടത്തിന് ഓരോന്ന് ചെയ്തുകൂട്ടിയതാണെന്നും ഇനി

മാടേഷ് അജിത്തിന് നേരെ തല പൊക്കില്ലായെന്നും ജോർജ്ജ്
ആലുഞ്ചേരി അതിനിടയിൽ ഉറപ്പ് നൽകി.

വളരെ ശ്രദ്ധിച്ച് എല്ലാം ആലോചിച്ച് കാര്യക്ഷമതയോടെ ഒരു
തീരുമാനത്തിലെത്താൻ അജിത്തിനെ ഉപദേശിച്ച് നാൻസിയും
ആലുഞ്ചേരിയും ഫോൺ സംഭാഷണം അവസാനിപ്പിക്കുന്നു.

കാൾ വിച്ഛേദിച്ച് ചിന്തയിലാഴുന്ന അജിത്തിന്റെ അടുത്തേക്ക് മീനാക്ഷി
ഒരു ഗ്ലാസ് പൈനാപ്പിൾ ജ്യൂസുമായി കടന്നു വരുന്നു.

ഫോൺ കാളിൽ സംഭവിച്ച കാര്യങ്ങൾ അറിയുവാൻ ജിജ്ഞാസയോടെ
മീനാക്ഷി നിൽക്കുമ്പോൾ ആ ജ്യൂസ് വാങ്ങി ഒരു കവിൾ കുടിച്ച ശേഷം
അവളുടെ തോളിൽ കൈ വെച്ച് ഒന്നും പറയാതെ അവർ നടന്ന്
നീങ്ങുകയാണ്.

ഈ സമയം ബെന്നറ്റ് ജോണിന്റെ കാളും വരുന്നുണ്ട്.

തീൻ മേശയ്ക്ക് സമീപം എത്തിനിന്ന അവർ കസേരയിൽ ഇരുന്ന്
ബെന്നറ്റ് ജോണിന്റെ കാൾ സ്വീകരിച്ച് സംവാദത്തിൽ ഏർപ്പെടുന്നു.

ബെന്നറ്റ് ജോണുമായുള്ള ഫോൺ സംഭാഷണത്തിനൊടുവിൽ അവർ ഈ
വിഷയത്തെക്കുറിച്ച് അൽപനേരം ചർച്ച ചെയ്യും.

ശേഷം മീനാക്ഷി ഉണ്ടാക്കിയ സ്വാദിഷ്ടമായ ഡിന്നർ ആസ്വദിച്ച്
കഴിക്കുകയാണ് അജിത്.

മീനാക്ഷിക്ക് നല്ലൊരു കാഴ്ച്ചാനുഭവം ആയിരുന്നു അത്. കുടിക്കുവാൻ
വെള്ളം ഗ്ലാസിൽ നിറയ്ക്കുന്ന മീനാക്ഷി അജിത്തിനോട് ചോദിക്കും
ഇനിയിപ്പോ ഒത്തുതീർപ്പാക്കാം അല്ലെ?"

"ബെന്നറ്റ് ജോണും അത് തന്നെയാണ് പറയുന്നത് " അവൻ മറുപടി
കൊടുത്തു.

ഇനി ഇത് നിയമപരമായി മുന്നോട്ട് കൊണ്ടുപോകാതെ എത്രയും
പെട്ടെന്ന് ആ സെറ്റിൽമെന്റ് നടത്താൻ നോക്കെന്ന് മീനാക്ഷി ഉപദേശിച്ചു.

ഒന്ന് ചിന്തിച്ച ശേഷം അല്പം വെള്ളം കുടിച്ച് അജിത് പറയും

"ഗിരീഷ് രാത്രി പതിനൊന്ന് മണിക്ക് ചാലക്കുടിയിൽ നിന്നും വണ്ടി
കയറി രാവിലെ ഏഴ് മണിക്ക് ബംഗളൂരിൽ എത്തും.

എത്തുമല്ലോ .. അല്ലേ?

മീനാക്ഷി സംശയം പ്രകടിപ്പിച്ചു.

എന്താണ് പറഞ്ഞിരിക്കുന്നതെന്ന് പറഞ്ഞ് ഡിന്നർ പൂർത്തിയാക്കി അജിത്ത് അവിടെ നിന്നും എഴുന്നേറ്റു.

പിറ്റേ ദിവസം രാവിലെ ഇലക്ട്രോണിക് സിറ്റി ഫേസ് രണ്ട് ഫ്ലൈ ഓവറിന് താഴെയുള്ള ടൂറിസ്റ്റ് ബസ്സ് സ്റ്റോപ്പിന് സമീപം അജിത്ത് ഗിരീഷിനെയും കാത്ത് സിഗരറ്റ് പുകച്ച് നിൽക്കുകയാണ്.

ഈ സമയം കല്ലട വോൾവോ ബസ്സ് അവിടെ എത്തിച്ചേർന്നു.

അതിൽ നിന്നും ഹാൻഡ് ബാഗ് തൂക്കി ഗിരീഷ് ഇറങ്ങി. അവൻ അജിത്തുമായി സൗഹൃദം പുതുക്കി ബുള്ളറ്റിന്റെ താക്കോൽ ചോദിക്കും.

അജിത്ത് ബുള്ളറ്റിന്റെ താക്കോൽ അവന് കൊടുത്തു. ഗിരീഷ് അജിത്തുമായി ബുള്ളറ്റിൽ മുന്നോട്ട് പോവുകയാണ്.

ഗിരീഷും അജിത്തും അരവിന്ദന്റെ വീട്ടിൽ എത്തിച്ചേർന്നു.

ഗിരീഷ് കാളിങ് ബില്ലിൽ വിരലമർത്തി അരവിന്ദനെ വിളിക്കും.

അരവിന്ദൻ സിഗരറ്റ് പുകച്ചുകൊണ്ട് ഡോർ തുറന്ന് ഗിരീഷിനെ ആലിംഗനം ചെയ്ത്, അജിത്തിന് ഹസ്തദാനം കൊടുത്ത് അവരെ സ്വീകരിച്ച് സോഫയിൽ ഇരുത്തും.

ബാച്ചിലേഴ്സ് താമസിക്കുന്ന ഒരു വീടിന്റെ അന്തരീക്ഷം.

ചുവരിൽ അവർ തന്നെ വരച്ചിട്ട ചിത്രങ്ങൾ, മദ്യത്തിന്റെ ഒഴിഞ്ഞ കുപ്പികൾ പുകവലിക്കുന്ന ബോംഗ്, കാലിയായ സിഗരറ്റ് പാക്കറ്റുകൾ ഒക്കെ കാണാം.

അവിടെ താമസിക്കുന്ന ബാച്ചിലേഴ്സ് അങ്ങോട്ടുമിങ്ങോട്ടും നടക്കുന്നുണ്ട്.

മാത്രമല്ല ലാബ്രഡോർ ഇനത്തിൽ പെട്ട ബെല്ല എന്ന ഒരു നായ കുട്ടിയെയും കാണാം.

അരവിന്ദൻ ഫ്രഷ് ആയിട്ട് വരാമെന്ന് പറഞ്ഞ് അപ്പുറത്തേക്ക് പോകുന്നു.

ഈ സമയം അജിത്ത് ജോർജ്ജ് അലുഞ്ചെരിയെ വിളിച്ചാലോയെന്ന് ഗിരീഷിനോട് ചോദിക്കും.

ʻഅതിനെന്താ വിളിക്കാമല്ലോയെന്ന് പറഞ്ഞ് അയാളുടെ നമ്പർ ആവശ്യപ്പെടും.

അജിത്ത് ജോർജ്ജ് അലുഞ്ചേരിയുടെ നമ്പർ എടുക്കുന്നതിനിടയിൽ ഗിരീഷ് സിഗററ്റെടുത്ത് ഒരെണ്ണം കത്തിക്കും.

അജിത്ത് നമ്പർ പറഞ്ഞുകൊടുത്തു. ഗിരീഷ് സിഗററ്റ് വലിച്ചുകൊണ്ടു തന്നെ ആ നമ്പർ ഡയൽ ചെയ്യും.

അജിത്തിന്റെ മുഖത്ത് നോക്കിയാണ് ഗിരീഷ് മറുതലയ്ക്കലുള്ള അലുഞ്ചേരിയോട് കന്നഡ ഭാഷയിൽ സംസാരിക്കുന്നത്.

ആ കാൾ കട്ട് ചെയ്ത ശേഷം ഗിരീഷ് അലുഞ്ചേരിയുമായി സംസാരിച്ച വിഷയം അജിത്തിനോട് പറഞ്ഞു മനസ്സിലാക്കി കൊടുക്കും.

അടുത്ത നിമിഷം അജിത്ത് സോഫയിൽ നിന്നെഴുന്നേറ്റ് നാൻസി വക്കീലിനെ വിളിച്ച് ഉലാത്തിക്കൊണ്ട് എന്തോ സംസാരിക്കുകയാണ്.

ഈ സമയം ഗിരീഷ് സോഫയിൽ നിന്നും എഴുന്നേറ്റ് അപ്പുറത്തേക്ക് പോകും.

മറ്റു ചില ബാച്ചിലേഴ്സ് ബെല്ല നായക്കുട്ടിയെ കളിപ്പിച്ചും വർത്തമാനം പറഞ്ഞും നടക്കുന്നുണ്ട്.

നാൻസി വക്കീലുമായുള്ള ഫോൺ സംസാരം നിർത്തി അജിത്ത് സോഫയിൽ വന്നിരിക്കും. കൂടെ ഗിരീഷും അവന്റെ സമീപത്തായി വന്നിരിക്കും.

സുരക്ഷിതമായൊരു സ്ഥലത്തു വച്ച് മാത്രമേ അലുഞ്ചേരിയുമായുള്ള കൂടിക്കാഴ്ച നടത്താവൂ എന്നാണ് നാൻസി വക്കീൽ പറയുന്നത്.

നാൻസി വക്കീലിനെ വിളിച്ചത് ഗിരീഷിന് തീരെ ഇഷ്ടപ്പെട്ടില്ല.

ഇനി എന്തിനാണ് നാൻസി വക്കീലിനെ ഇതിൽ ഉൾപ്പെടുത്തുന്നത്? അവനു തന്നെ ഈ കാര്യം സോൾവ് ചെയ്യുവാൻ സാധിക്കും.

അജിത്ത് അവൻ പറഞ്ഞ കാര്യം മുഖവിലയ്ക്കെടുക്കാതെ സോഫയിൽ നിന്നെഴുന്നേറ്റ് ഗിരീഷിനോട് യാത്ര പറഞ്ഞ് ബെന്നറ്റ് ജോണിനെ വിളിച്ചുകൊണ്ട് വാതിൽ തുറന്ന് പുറത്തേക്കിറങ്ങും.

ഏതാനും ചില മണിക്കൂറുകൾക്കപ്പുറം, ഉച്ച ഭക്ഷണത്തിനു ശേഷം അരവിന്ദന്റെ അപ്പാർട്മെന്റിന് താഴെ ഗിരീഷ് വരുന്നതും കാത്ത് അജിത്ത് ബുള്ളറ്റിൽ തന്നെ ഇരിക്കുകയാണ്.

നിമിഷ നേരത്തിനുള്ളിൽ ഗിരീഷ് വന്ന് ബുള്ളറ്റിൽ കയറി. ആ ബുള്ളറ്റ് അവരുമായി മുന്നോട്ട് കുതിച്ചു.

സിൽക്ക് ബോർഡ് ട്രാഫിക് സിഗ്നലിൽ മഞ്ഞ ലൈറ്റ് മാറി ചുവപ്പ് തെളിഞ്ഞു. അവരുടെ ബുള്ളറ്റ് അവിടെ പതിയെ വന്ന് നിന്നു. ഈ സമയം മുന്നിലിരിക്കുന്ന അജിത്ത് ഒരു സംശയം പ്രകടിപ്പിച്ചു.

എല്ലാം അവരോട് സംസാരിച്ച് ഉറപ്പിച്ചിട്ടല്ലയെന്നാണ് ചോദിക്കുന്നത്.

അതെല്ലാം അവൻ പറഞ്ഞുറപ്പിച്ചിട്ടുണ്ടെന്നും സാധിക്കുമെങ്കിൽ ഒമ്പത് ലക്ഷം രൂപയെങ്കിലും അവരുടെ കൈയിൽനിന്ന് വാങ്ങണമെന്നാണ് അവന്റെ താൽപര്യമെന്നും പറയും. ശേഷം അവൻ ഒരു സിഗറ്റെടുത്ത കത്തിക്കും. അവന്റെ മുഖഭാവം ബുള്ളറ്റിന്റെ മിററിലൂടെ അജിത്തിന് കാണാമായിരുന്നു.

പെട്ടെന്ന് സിഗ്നലിൽ ചുവന്ന ലൈറ്റ് മാറി പച്ച തെളിഞ്ഞു. അവരുടെ ബുള്ളറ്റ് സാവധാനം മുന്നോട്ട് നീങ്ങി.

വെൽസ് ഫാർഗോ കമ്പനിയുടെ പാർക്കിങ് ഏരിയായിൽ അവരുടെ ബുള്ളറ്റ് വന്ന് നിന്നു. അതിൽ നിന്നിറങ്ങിയ അവർ കാന്റീൻ ലക്ഷ്യമാക്കി നടക്കുകയാണ്.

അവിടെ മറ്റു കമ്പനികളുടെ സ്റ്റാഫുകളും അജിത്തിന്റെ സഹപ്രവർത്തകരെയും കാണാം. അജിത്തും ഗിരീഷും സഹപ്രവർത്തകർക്കരികിൽ ചെന്ന് കുശലം പറയുന്ന കൂട്ടത്തിൽ ഒരു സഹായം അവരോട് ആവശ്യപ്പെടും.

ഇപ്പോൾ നടക്കുവാൻ പോകുന്ന കൂടിക്കാഴ്ചയുടെ രഹസ്യ സ്വഭാവം ക്യാമറയിൽ അവരോടു പകർത്തി തരണമെന്ന് അജിത്ത് അഭ്യർത്ഥിക്കും.

അവർ ശ്രമിക്കാമെന്ന് അജിത്തിന് വാക്ക് കൊടുക്കും.

ഈ സമയം ഒരു വെള്ള ഹ്യൂണ്ടായ് ക്രെറ്റ കാർ മെയിൻ ഗേറ്റിന്റെ പുറത്തു വന്നുനിന്നു.

അത് ഗിരീഷിന്റെ ശ്രദ്ധയിൽപെട്ടു. അവർ ഉടനെ സഹപ്രവർത്തകരിൽ നിന്നും അകന്ന് മാറി മെയിൻ ഗേറ്റിന് സമീപം ചെന്ന് നിൽക്കും.

കാറിൽ നിന്നിറങ്ങിയ അവർ വെൽസ് ഫാർഗോയുടെ മെയിൻ ഗേറ്റിനകത്തേക്ക് കയറി.

അജിത്ത് അവരെ സ്വീകരിച്ച് ആനയിച്ച് മുന്നോട്ട് നടക്കവേ ഗിരീഷിനെ ആലുഞ്ചേരിക്ക് പരിചയപ്പെടുത്തിക്കൊടുക്കും, അജിത്തിനെ അനുഗമിച്ച് അവർ ചർച്ച നടത്തേണ്ട കെട്ടിടത്തെ ലക്ഷ്യമാക്കി നടക്കുകയാണ്.

അഞ്ചാം നിലയിലെ കാന്റീനിൽ എത്തി നിന്ന അവർ ഒരു വട്ട മേശയ്ക്ക് ചുറ്റും ചർച്ചയ്ക്കായി ഒത്തുകൂടിയിരുന്നു.

കാന്റീൻ പ്രവർത്തന സമയമെല്ലാം കഴിഞ്ഞ് ജോലിക്കാർ ആരും തന്നെയില്ലാത്ത സമയം. ലൈറ്റെല്ലാം ഓഫ് ആയിട്ടാണ് കിടക്കുന്നത്. പുറത്തു നിന്നുള്ള പ്രകാശത്തിൽ അവർക്ക് പരസ്പരം കാണുവാൻ സാധിക്കും.

വട്ടമേശയ്ക്ക് ചുറ്റുമിരിക്കുന്ന അവരോട് അജിത്ത് ഒരുകാര്യം സൂചിപ്പിക്കും. അവർക്കാർക്കും വിരോധമില്ലെങ്കിൽ എല്ലാവരുടെയും ഫോണുകൾ മേശയ്ക്ക് മേൽ വെയ്ക്കുവാൻ പറയും.

ഓരോരുത്തരും അവരവരുടെ ഫോൺ മേശയ്ക്ക് മേൽ വെയ്ക്കും.

ഗിരീഷ് ചർച്ചയുടെ തുടക്കം കുറിച്ച് കന്നഡ ഭാഷയിൽ ആലുഞ്ചേരിയോട് വ്യക്തമായി സംസാരിക്കും.

ജോർജ്ജ് ആലുഞ്ചേരി മറ്റുള്ളവരോട് ഇതേ മാതൃകയിൽ വ്യക്തത വരുത്തി സംസാരിക്കും.

ഈ സമയം അജിത്തിന്റെ സഹപ്രവർത്തകരായ കൂട്ടുകാർ കടന്ന് പോകുന്നുണ്ടായിരുന്നു.

ഗിരീഷ് പറഞ്ഞുവരുന്നത് അവർക്ക് നഷ്ടപരിഹാരമായി ഒൻപത് ലക്ഷം രൂപ തന്നെ കിട്ടണമെന്നാണ്.

ഇത് കേട്ട് ജോർജ്ജ് ആലുഞ്ചേരി ഏളപ്പയോട് നിങ്ങളുടെ തീരുമാനമെന്താണ് എന്ന് ചോദിക്കും.

അയാൾ എന്തോ ആലോചിച്ചശേഷം മേശ യ്ക്കുമേൽ താളം പിടിച്ച് എഴുന്നേറ്റ് പോക്കറ്റിൽ നിന്ന് മറ്റൊരു ഫോൺ എടുത്ത് ആരെയോ വിളിക്കും.

ഏളപ്പ മറ്റൊരു ഫോണിൽ വിളിക്കുന്നത് കണ്ട് അജിത്തും ഗിരീഷും ഞെട്ടി മുഖത്തോടു മുഖം നോക്കും.

ഫോൺ വിളി കഴിഞ്ഞ് ഏളപ്പ അവർ എല്ലാവരോടുമായി എഴുന്നേൽക്കുവാൻ പറയും . ചർച്ച അവസാനിപ്പിക്കുന്നതിന്റെ സാഹചര്യം അയാൾ അവിടെ സൃഷ്ടിക്കും.

ഗിരീഷ് എഴുന്നേറ്റ് ദേഷ്യത്തോടെ ജോർജ്ജ് ആലുഞ്ചേരിയുടെയും ഏളപ്പയുടെയും മുഖത്തു നോക്കി പറയും

"നിങ്ങൾക്കൊരു തീരുമാനമെടുക്കുവാൻ ഇല്ലെങ്കിൽ വെറുതെ എന്തിനാണ് ഇങ്ങനെ ഒരു ചർച്ച വെച്ചത്?

ഗിരീഷ് അവന്റെ ഫോണെടുത്ത് അജിത്തുമായി പോകുവാൻ തയ്യാറായി.

ഇത് കണ്ട് മറ്റുള്ളവരും അവരവരുടെ ഫോണെടുത്ത് എഴുന്നേൽക്കും. ഒടുവിൽ ഗിരീഷ് അജിത്തിനെയും കൂട്ടികൊണ്ടുപോകുന്നത് അവരെല്ലാം നോക്കി നിൽക്കുകയാണ്.

അവർ ലിഫ്റ്റിന്റെ സമീപത്തേക്ക് നടന്ന് അകലുന്നു.

രാത്രി ഏഴ് - ഏഴര മണിയോടുകൂടി അരവിന്ദന്റെ അപാർട്മെന്റിന്റെ മുന്നിൽ അജിത് ഗിരീഷുമായി ബുള്ളറ്റിൽ വന്ന് നിന്നു. അപ്പോഴേക്കും അജിത്തിന് ഒരു കാൾ വന്നു.

ഷൗക്കത്ത്   ജെ.ഡി. ജെ.- എം ഡി എന്നാണ് എഴുതിക്കാണിക്കുന്നത്. അജിത്തിന് ടെൻഷൻ ആയി ഗിരീഷിനെ നോക്കും.

കാൾ എ)ടുക്കേണ്ടയെന്ന് ഗിരീഷ് പറഞ്ഞുവരുന്നത്.

അവർ അല്പം ബുദ്ധിമുട്ടട്ടെ. അവൻ പറഞ്ഞിരിക്കുന്ന തുക കിട്ടാതെ ഒരു ഒത്തുതീർപ്പിനും തങ്ങൾ തയ്യാറാകരുതെന്ന് കണിശമായി പറയും.

ഭയപ്പെടേണ്ടതില്ലയെന്നും അവൻ അജിത്തിന്റെ കൂടെയുണ്ടല്ലോ എന്നും പറഞ്ഞ് ആശ്വസിപ്പിക്കും.

വീണ്ടും ഒരു കാൾ കൂടി അജിത്തിന് വന്നു. അതും ഷൗക്കത്തിന്റെതായിരുന്നു.

കാൾ എ)ടുക്കണ്ട എന്ന് തന്നെയാണ് ഗിരീഷ് പറയുന്നത്. ധൈര്യമായി ഇരിക്കുവാൻ പറഞ്ഞ് അജിത്തിനെ വീട്ടിലേക്ക് ക്ഷണിക്കും.

അജിത്ത് വീട്ടിൽ കയറുന്നില്ലായെന്ന് പറഞ്ഞപ്പോൾ ധൈര്യമായി ഇരിക്കൂ, ടെൻഷൻ ആകേണ്ട, അവനില്ലേ കൂടെയെന്നും പറഞ്ഞ് ഗിരീഷ് അരവിന്ദന്റെ വീട്ടിലേക്ക് സ്റ്റെയർ കയറി പോകും.

അജിത്ത് ബുള്ളറ്റ് സ്റ്റാർട്ട് ചെയ്ത് വീട്ടിലേക്ക് മടങ്ങും. അരവിന്ദന്റെ അപ്പാർട്മെന്റിലേക്ക് കയറി വന്ന ഗിരീഷ് സോഫയിൽ ഇരുന്ന് MDMA ഫോണിന്റെ സ്ക്രീനിലേക്ക് എടിഎം കാർഡ് ഉപയോഗിച്ച് പൊടിരൂപത്തിലാക്കുകയാണ് ഗിരീഷ്.

അരവിന്ദൻ തൊട്ടടുത്ത് തന്നെ സിഗരറ്റ് വലിച്ചുകൊണ്ട് ഇരിക്കുന്നു. മറ്റുള്ളവർ പലപല കാര്യങ്ങൾ ചെയ്തു അങ്ങോട്ടുമിങ്ങോട്ടും നടക്കുന്നു.

ഈ സമയം ഗിരീഷിന് ജോർജ്ജ് അലുങ്ങേരിയുടെ കാൾ വരുന്നു.

ഗിരീഷും അജിത്തും എവിടെയാണ് ഉള്ളതെന്ന് ചോദിക്കും.

അജിത്ത് പോയെന്നും അവൻ വീട്ടിലുണ്ടെന്നും പറയും.

എങ്കിൽ ഗിരീഷ് ബണ്ടാര ബൊമ്മനഹള്ളി സ്റ്റേഷന്റെ മുന്നിൽ വന്നിട്ട് അയാളെ വിളിക്കുവാൻ പറയും.

ആലുങ്ങേരി അവരോട് എല്ലാം പറഞ്ഞ് ശരിപ്പെടുത്തി വെച്ചിട്ടുണ്ടെന്നും അജിത്തിനെ കൂടെ കൂട്ടണമെന്നില്ല. ഗിരീഷ് പോന്നുകൊള്ളൂ.

അരമണിക്കൂറിനകം അവിടെ എത്തണമെന്നും പറഞ്ഞ് അയാൾ കാൾ കട്ട് ചെയ്തു.

എം ഡി എം എ മൂക്കിലൂടെ വലിച്ചുകയറ്റിയ ശേഷം അവന് പോകുവാനുള്ള റാപ്പിഡോ ബുക്ക് ചെയ്തു.

ഗിരീഷ് പാട്ടിനൊത്ത് ഉത്സാഹത്തോടെ ആനന്ദനൃത്തം ചെയ്യുന്നതിനിടയിൽ റാപ്പിഡോ വന്നിട്ടുണ്ടെന്ന് കാൾ വന്നു.

റാപ്പിഡോ ബൈക്ക് ടാക്സിയിൽ സഞ്ചരിച്ചെത്തിയ ഗിരീഷ് ബണ്ടാര ബൊമ്മനഹള്ളി പോലീസ് സ്റ്റേഷന്റെ മുൻവശം വന്നിറങ്ങി.

ടാക്സി തുക നൽകിയ ശേഷം, ജോർജ്ജ് അലുങ്ങേരിയെ ഫോണിൽ വിളിച്ചുകൊണ്ട് സ്റ്റേഷന്റെ അകത്തേക്ക് കടന്നു ചെല്ലും. സ്റ്റേഷന്റെ വരാന്തയിൽ തന്നെ അലുങ്ങേരിയും കഴിഞ്ഞ ദിവസം ചർച്ചയിൽ പങ്കെടുത്ത എല്ലാവരും കൂടിനിന്നിരുന്നു.

ജോർജ്ജ് അലുങ്കേരി ഗിരീഷിനെ വിഷ് ചെയ്ത് തോളിൽ തട്ടിയിട്ട് സി ഐ യുടെ ക്യാബിനിലേക്ക് കൊണ്ടുപോകും.

അവർക്ക് പിന്നാലെ ഏള്ളപ്പയും രണ്ട് കോൺസ്റ്റബിൾ മാരും അനുഗമിച്ച് സി ഐ യുടെ ക്യാബിനിലേക്ക് കടന്നു.

സി ഐ അളഹപ്പാ നായിക്കും എസ് ഐ സിങ്കപ്പായും കസേരയിൽ ഇരിക്കുന്നു. ഹെഡ് കോൺസ്റ്റബിൾ വെങ്കിട്ട് സ്വാമി അവർക്ക് സമീപം നിൽക്കുകയാണ്.

രണ്ട് കോൺസ്റ്റബിൾമാരിൽ ഒരാളോട് ഗിരീഷിന്റെ ചെരുപ്പ് ഊരി മാറ്റിക്കാനും അവന്റെ ഫോൺ വാങ്ങി അയാളെ ഏൽപ്പിക്കാനും സി ഐ ഗൗരവത്തിൽ പറയും.

പക്ഷെ ചെരുപ്പ് മാറ്റുവാനും ഫോൺ നൽകുവാനും ഗിരീഷ് തയ്യാറായില്ല.

ഒടുവിൽ കോൺസ്റ്റബിൾ നിർബന്ധമായും അവന്റെ ചെരുപ്പ് മാറ്റിക്കും. ഫോൺ പിടിച്ചു വാങ്ങി സി ഐ ക്ക് കൊടുക്കുകയും ചെയ്തു.

സി ഐ അവനെ വിരട്ടി ചോദ്യം ചെയ്യും.

"നീയെന്താ നാടകം കളിക്കുകയാണോ? ബംഗളൂരിൽ വന്ന് വില പേശാറായോ നീ, റാസ്കൽ!"

അവൻ നിരപരാധിയാണെന്ന് പറഞ്ഞു തുടങ്ങുമ്പോഴേക്കും "നീയൊന്നും പറയേണ്ട " എന്ന് പറഞ്ഞ് അവനെ അയാളുടെ സമീപത്തേക്ക് കൊണ്ടുവരുവാൻ കോൺസ്റ്റബിളിനോട് പറയും.

കോൺസ്റ്റബിൾ ഉടനെ അവനെ പിടിച്ച് സി ഐ ക്ക് അരികിൽ എത്തിച്ചു.

സി ഐ ചാടി എഴുന്നേറ്റ് അവന്റെ കോളറിൽ പിടിച്ച് രണ്ട് കുലുക്ക് കുലുക്കി. ചവുട്ടി താഴെയിട്ട ശേഷം അടുത്ത് നിന്ന കോൺസ്റ്റബിളിനോട് അവനെ കൊണ്ടുപോയി ലോക്കപ്പിൽ ഇടുവാൻ പറയും.

കോൺസ്റ്റബിൾ മാർ അവനെ പൊക്കി എഴുന്നേൽപ്പിച്ച് ക്യാമ്പിന് പുറത്ത് കൊണ്ടുപോകും.

സി ഐ അളഹപ്പാ നായിക്ക് രാമകൃഷ്ണ റെഡ്ഡി യോടും ജോർജ്ജ് ആലുഞ്ചേരിയോടുമായി പറയും

"അവനെ ശരിക്കും ഞെട്ടിച്ചിട്ടുണ്ട്. ഇനി നിങ്ങൾ മെരുക്കി എടുത്താൽ മാത്രം മതി " എന്ന ഭാവത്തിൽ ആംഗ്യം കാണിച്ച് അവരോട് പോയിക്കൊള്ളുവാൻ പറയും.

അവർ രണ്ടുപേരും ആ ക്യാബിൻ വിട്ട് പുറത്തേക്ക് പോകും.

ഗിരീഷിനെ കോൺസ്റ്റബിൾമാർ ഇൻസ്പെക്ടർ അസ്സിസ്റ്റൻസ് ഓഫീസിൽ ക്യാബിനിൽ എത്തിക്കും. അവർക്ക് പിന്നാലെത്തന്നെ ജോർജ്ജ് ആലുങ്കേരിയും ഏളപ്പയും അങ്ങോട്ടേക്ക് കടന്ന് ചെല്ലും.

അവിടെ ഓരോ മേശയിലും ഓരോരോ പ്രവർത്തികളിൽ ഏർപ്പെട്ടിരിക്കുന്ന ഉദ്യോഗസ്ഥരെ കാണാം. അവരിൽ ചിലർ ചേർന്ന് ഗിരീഷിനെ ഭയപ്പെടുത്തി അവരുടെ വരുതിയിലാക്കും.

ഈ സമയം ക്യാബിനിൽ സി ഐ യും വെങ്കിട്ട് സ്വാമിയും നല്ല ചർച്ചയിലാണ്. അങ്ങോട്ടേക്ക് ജോർജ്ജ് അലുഞ്ചേരിയും ഏളപ്പയും കടന്ന് വരും.

പിന്നാലെതന്നെ ഗിരീഷിനെയും കൂട്ടി രണ്ട് കോൺസ്റ്റബിൾമാരും അകത്തേക്ക് കടക്കും.

അവിടെ നിന്നുകൊണ്ട് ഏളപ്പ സി ഐ യെ നോക്കി പറയും.

"ഇവനെ ശരിപ്പെടുത്തി എടുത്തിട്ടുണ്ട്"

സി ഐ ഗിരീഷിനോട് കന്നഡ ഭാഷയിൽ "എന്താടാ മനസ്സിലായോ " എന്ന് ചോദിക്കും.

അവൻ ഭയപ്പാടോടെ തല താഴ്ത്തി നിശബ്ദനായി നില്ക്കും.

"ഇവനെയും കൊണ്ട് ഞങ്ങൾ പോയിക്കൊള്ളട്ടെ "എന്ന് ഏളയപ്പ സി ഐ യോട് ചോദിക്കും.

സി ഐ , എസ് ഐയെ നോക്കിയിട്ട് "എങ്കിൽ ശരി " എന്ന് ഏളയപ്പയോട് പറയും.

തൽസമയം സി ഐ അയാളുടെ മേശ തുറന്ന് അവന്റെ ഫോണെടുത്ത് മേശയ്ക്കുമേൽ വെച്ചിട്ട് "ഇത് അവന് കൊടുത്തേക്ക് " എന്ന് പറയും.

വെങ്കിട്ട് സ്വാമി ഫോണെടുത്ത് ഗിരീഷിന് സമീപം വന്ന് തലയ്ക്കിട്ട് രണ്ട് തട്ട് തട്ടി. ചെരുപ്പ് എടുത്തിടുവാൻ പറഞ്ഞു.

അവൻ ചെരുപ്പണിഞ്ഞ ശേഷം വെങ്കിട്ട് സ്വാമി സി ഐ ക്ക് സല്യൂട്ട് കൊടുത്ത് പുറത്തേക്കിറങ്ങി.

പിന്നാലെ ഏളയപ്പയും ജോർജ്ജ് അലുങ്കേരിയും അവരെ അനുഗമിക്കും.

ഗിരീഷിന്റെ തോളിൽ കൈയിട്ട് അവനെ അപ്പുറത്തേക്ക്
കൊണ്ടുപോവുകയാണ് വെങ്കിട്ട് സ്വാമി.

അയാൾ അവന് ഫോൺ കൈമാറികൊണ്ട് പറയും "നീ അവർ
പറയുന്നതുപോലെ ചെയ്തു കൊടുക്കൂ. എങ്കിൽ നിനക്ക്
വേണ്ടതുപോലെ അവരും ചെയ്തു തരും "

ഇത്രയും പറഞ്ഞ് നടക്കുമ്പോഴേക്കും സ്റ്റേഷന്
പുറത്തേക്കിറങ്ങുവാനുള്ള ഗേറ്റിനരികെ വരെ അവർ എത്തിനില്ക്കും.

അപ്പോഴേക്കും അവരുടെ വെള്ള ക്രീറ്റ കാർ അവിടെ വന്ന് നില്ക്കും.

അതിൽ ഗിരീഷിനെയും കയറ്റും. സിവിൽ ഡ്രസ്സിലുള്ള ഒരു
പോലീസുകാരനെയും എളയപ്പയും ജോർജ്ജ് അലുങ്ങേരിയേയും
കയറ്റി വെങ്കിട്ട് സ്വാമി അവരെ യാത്രയാക്കി.

അവരെയും കൊണ്ട് ആ കാർ ചിക്ക ബേഗൂർ മെയിൻ റോഡിന്
സമീപമുള്ള വില്ലിങ്ടൺ ലേഔട്ട് കവാടത്തിലൂടെ ഒരു ബംഗ്ലാവിന്
സമീപത്തായി പാർക്ക് ചെയ്തു കിടക്കുന്ന ചുവന്ന പജിറോക്ക് സമീപം
അവരുടെ വെള്ള ക്രീറ്റ വന്ന് നിന്നു. അതിൽ നിന്നും അവർ നാലുപേരും
പുറത്തേക്കിറങ്ങി.

ഈ സമയം ആ ബംഗ്ലാവിന്റെ മുന്നിൽ കിടന്നിരുന്ന എം എൽ എ യുടെ
വെള്ള ഇന്നോവ കാറും അതിനു പിന്നാലെ പോലീസിന്റെ വെള്ള
ബൊലേറോ കാറും അതിനു തൊട്ടു പിന്നാലെതന്നെ ആർ ടി ഒ യുടെ
വെള്ള ജിപ്സിയും സ്റ്റാർട്ട് ചെയ്തുകൊണ്ട് മെല്ലെ മുന്നോട്ടെടുത്തു
പോവുകയാണ്.

അവർ അവനെയും കൊണ്ട് ആ ബംഗ്ലാവിന്റെ വലിയ ഗേറ്റിനു
സമീപം ചെന്നു നിന്നു.

ഗേറ്റിന്റെ കിളിവാതിലിൽ ആരാ എന്തായെന്ന് കന്നഡ ഭാഷയിൽ ശബ്ദം
കേട്ട് അലുങ്കേരി കന്നഡ ഭാഷയിൽ തന്നെ ഉത്തരം നൽകി.

നിമിഷ നേരത്തിനുള്ളിൽ ആ വലിയ ഗേറ്റ് അവർക്ക് വേണ്ടി തുറന്നു
കൊടുത്തു.

അകത്തേക്ക് കടന്നുവന്ന അവരോട് ഒരു ബോഡി ഗാർഡ് വിരൽ ചൂണ്ടി
കാണിച്ച് "സാർ അവിടെ ഇരിപ്പുണ്ട്' എന്ന് പറയും

അയാൾ പറഞ്ഞു കൊടുത്ത ഭാഗത്തേക്ക് ഇവരെല്ലാം നടന്നടുക്കുമ്പോൾ
അവിടെ കിടന്നിരുന്ന മുന്തിയ തരം ആഡംബര കാറുകൾക്കിടയിലൂടെ

കോട്ടും സ്യൂട്ടും ധരിച്ച ഒരാൾ കടന്ന് വന്ന് അവരോടൊപ്പം ചേർന്നു. അയാളുടെ പേരാണ് ഷൗക്കത്ത്. ജെ ഡി ജെ യുടെ മാനേജിങ് ഡയറക്ടർ ആണ്.

അവർ നടന്ന് ഫൗണ്ടന് സമീപമുള്ള പൂന്തോട്ടത്തിലെത്തിയപ്പോൾ അവിടെ മാർബിളിൽ തീർത്ത കസേരയിൽ ജെ ഡി ജെ ഗ്രൂപ്പിന്റെ മുതലാളി രാജശേഖര പിള്ളയും അയാളുടെ സമീപത്തായി അള്ളാരാമകൃഷ്ണ റെഡ്ഡിയും സംസാരിച്ചുകൊണ്ടിരിക്കുകയാണ്.

മാനേജർ ഷൗക്കത്ത് രാജശേഖർ പിള്ളയുടെ പിന്നിലായി വന്ന് നിൽക്കും.

ഏളയപ്പ രാമകൃഷ്ണ റെഡ്ഢിയെ നോക്കി എല്ലാം റെഡിയായിട്ടുണ്ടെന്ന് പറയും.

രാമകൃഷ്ണ റെഡ്ഢി രാജശേഖര പിള്ളയോട് പറയും :"ഇവനാണ് അവന് വേണ്ടി കാര്യങ്ങൾ സംസാരിക്കുന്നത് "

രാജശേഖരപിള്ള തല ഉയർത്തി ഗിരീഷിനെ ഒന്ന് നോക്കും.

ആ നോട്ടത്തിൽ ഗിരീഷ് ഒന്ന് പതറി.

രാജശേഖരപിള്ളയുടെ നോട്ടത്തിന്റെ ഗൗരവം മനസ്സിലാക്കിയ ഷൗക്കത്ത് ഏളയപ്പയോട് അജിത്ത് എവിടെയാണെന്ന് ചോദിക്കും.

അവനെ വിളിച്ചു വരുത്താവുന്നതേയുള്ളൂ എന്ന് അയാൾ മറുപടി പറയും.

അലുഞ്ചേരി ഉടനെ ഗിരീഷിനോട് അജിത്തിനെ വിളിക്കുവാൻ പറയും.

ഗിരീഷ് ഫോണെടുത്ത് അജിത്തിന്റെ നമ്പറിലേക്ക് ഡയൽ ചെയ്യും.

ഫോൺ റിങ് ചെയ്തു തുടങ്ങി.

ഇടയ്ക്ക് കയറി മാനേജർ ഷൗക്കത്ത് ഗിരീഷിനോട് പ്രത്യേകമായി ഒരു കാര്യം സൂചിപ്പിക്കും.

ഫോൺ മ്യൂട്ടിലാക്കിയിട്ട് സ്പീക്കർ ഓണക്കണം. മാത്രമല്ല നീ പേടിക്കാതെ വേണം അവനോട് സംസാരിക്കുവാൻ.

ലൊക്കേഷൻ അയച്ചുകൊടുക്കണ്ടായെന്നും ലാൻഡ് മാർക്ക് മാത്രം പറഞ്ഞുകൊടുത്താൽ മതിയെന്നും പറയും.

ഈ സമയം അജിത്തും മീനാക്ഷിയും ഉറങ്ങുവാനുള്ള തയ്യാറെടുപ്പിൽ ബെഡിൽ കിടക്കുകയാണ്.

ലൈറ്റ് ഓഫ് ചെയ്യുവാൻ മീനാക്ഷി പറഞ്ഞു. അജിത്ത് എഴുന്നേറ്റ് സ്വിച്ച് ഓഫ് ചെയ്യുമ്പോഴേക്കും ബെഡ്ഡിലിരിക്കുന്ന ഫോണിൽ ലൈറ്റ് തെളിഞ്ഞു

സ്വിച്ചിൽ നിന്നും അവൻ വിരൽ എടുത്തിരുന്നില്ല. ഉടനേ ലൈറ്റിട്ട് ഫോൺ എടുത്തു നോക്കി.

ഗിരീഷാണ് വിളിക്കുന്നത്. അവൻ കാൾ എടുത്ത് "എന്താ ഗിരീഷ് " എന്ന് ചോദിക്കും. ഗിരീഷുമായി സംസാരിച്ച ശേഷം ചിന്താകുലരായി സോഫയിൽ വന്ന് ഇരിക്കുകയാണ് അജിത്തും മീനാക്ഷിയും.

ഒടുവിൽ നാൻസി വക്കീലിനെ അജിത്ത് വിളിക്കും. കാൾ റിങ് ചെയ്യുന്നുണ്ട്. പക്ഷെ എടുക്കുന്നില്ല.

ശേഷം ബെന്നറ്റ് ജോണിനെ വിളിക്കും. അതും അൺ റീച്ചബിൾ ആണെന്നാണ് പറയുന്നത്.

ഒടുവിൽ അവന്റെ സഹപ്രവർത്തകരായ കുന്ദനെയും അനീഷിനെയും വിളിക്കും.

അവർ ഭയപ്പാടോടെ ഒഴികഴിവുകൾ പറഞ്ഞ് ഒഴിഞ്ഞു മാറുകയാണ് ചെയ്തത്.

ഇനി എന്ത് ചെയ്യണമെന്നോർത്ത് അവർ നിരാശയോടെ മുഖത്തോട് മുഖം നോക്കും.

ഒടുവിൽ ഒരു തീരുമാനത്തിൽ എത്തിച്ചേർന്ന അവർ വില്ലിങ്ടൺ ലേഔട്ട് കവാടവും കടന്ന് രാജശേഖര പിള്ളയുടെ വീടിന്റെ മുന്നിലായി പാർക്ക് ചെയ്തു കിടക്കുന്ന ചുവന്ന പജീറോ യുടെയും വെള്ള ക്രീറ്റ യുടെയും സമീപം അവരുടെ ബുള്ളറ്റ് വന്ന് നിന്നു.

അതിൽ നിന്നിറങ്ങിയ അവന് ഒരു കാര്യം മനസ്സിലായി , ഈ ബംഗ്ലാവിനകത്ത് എല്ലാ കക്ഷികളും ഒത്തുകൂടിയിട്ടുണ്ടെന്ന്.

ഭയപ്പാടും ആശങ്കയോടും കൂടി അജിത്ത് മീനാക്ഷിയെയും കൂട്ടി രണ്ടും കൽപ്പിച്ച് ഗേറ്റിന്റെ കിളിവാതിലിൽ ചെന്ന് ബെല്ലടിച്ചു.

അകത്തു നിന്നും ഒരാൾ "ആരാ, എന്താ "എന്ന് ചോദിക്കും.

അവൻ "അജിത്ത് "എന്ന് പറയും.

ഉടനെ ആ പ്രവേശനകവാടം അവർക്കായ് വീണ്ടും തുറക്കും.

അകത്തേക്ക് കടന്ന അവരെ രണ്ട് ബോഡിഗാർഡുകൾ ആനയിച്ച് ബംഗ്ലാവിന്റെ പ്രൗഢ ഗംഭീരമായ ഹാളിൽ നിന്നും ചുവന്ന പരവതാനി വിരിച്ച ചവിട്ടു പടികളിലൂടെ ആദ്യത്തെ നിലയിലെത്തിയ അവരുടെ മുന്നിലും പിന്നിലും ഉണ്ടായിരുന്ന ബോഡിഗാർഡുകൾ ചവിട്ട് പടികൾ തീരുന്ന ഭാഗത്തായി നിലയുറപ്പിച്ചു. അജിത്തും മീനാക്ഷിയും ചുറ്റുമൊന്ന് കണ്ണോടിച്ചു.

അവിടെ വലിയ ഒരു വട്ടമേശയ്ക്ക് ചുറ്റുമിരിക്കുന്ന ഗിരീഷിനെയും എംഎൽഎ യുടെ ഒരു അനുയായിയെയും രാമകൃഷ്ണ റെഡ്ഡിയെയും ഏളയപ്പയെയും ഒരു പോലീസ് കോൺസ്റ്റബിളിനെയും മറ്റു രണ്ടുപേരെയും കാണാം.

മാത്രമല്ല ഗിരീഷിന് സമീപം ഒരു കസേര ഒഴിഞ്ഞു കിടക്കുന്നുമുണ്ട്.

രാജശേഖരപിള്ള ചീറ്റപുലിയുടെ അടയാളത്തിൽ കൊത്തുപണി ചെയ്തിട്ടുള്ള ഒരു വലിയ കസേരയിൽ അവർക്കെല്ലാം അഭിമുഖമായി ഒരു ആജ്ഞാന ഭാവത്തിൽ ഇരിപ്പുണ്ട്.

അജിത്തും മീനാക്ഷിയും രാജശേഖരപിള്ളയ്ക്ക് അഭിമുഖമായി വന്ന് നിന്നു.

തത്സമയം നടുഭാഗത്തെ കസേരയിൽ ഇരുന്നിരുന്ന ഒരാൾ എഴുന്നേറ്റ് ഗിരീഷിന് സമീപം ഒഴിഞ്ഞു കിടക്കുന്ന കസേരയിൽ ചെന്നിരുന്നു.

അപ്പോഴേക്കും രാജശേഖരപിള്ള അവരോടു ഇരിക്കുവാൻ പറയും.

അജിത്തും മീനാക്ഷിയും അവിടെ ഇരിക്കുന്നതിനിടയിൽ അജിത്ത് ഗിരീഷിനെ ഒന്ന് നോക്കും. ഗിരീഷ് പേടിക്കാനൊന്നുമില്ലായെന്ന് ചുണ്ട് മെല്ലെ അനക്കി പതുക്കെ പറയും.

അജിത്ത് ഗിരീഷിനെ സൂക്ഷ്മമമായി തന്നെ നോക്കും.

അത് കണ്ട രാജശേഖരപിള്ള അജിത്തിനെ സ്വയം പരിചയപ്പെട്, അവന്റെ ജോലിയും മറ്റുള്ള കാര്യങ്ങളും ചോദിച്ചറിയും.

അയാളുമായുള്ള സംസാരത്തിനൊടുവിൽ അജിത്തിന് നേരിടേണ്ടിവന്ന മാനസികവും ശാരീരികവും സാമ്പത്തികവുമായ പ്രശ്നങ്ങൾ അയാളെ ധരിപ്പിക്കും.

മാത്രവുമല്ല, അന്നുണ്ടായ സംഭവത്തിൽ ആളെ മനസ്സിലാക്കതെ മനഃപൂർവം താൻ ഒന്നും ചെയ്തിട്ടില്ലായെന്നും ചുരുക്കത്തിൽ പറഞ്ഞ് അയാളെ ബോധ്യപ്പെടുത്തും.

ഇതിനിടയിൽ ബോഡിഗാർഡ് ഇടയ്ക്കിടെ രാജശേഖപിള്ളയ്ക്ക് മദ്യം പകർന്ന് നൽകുകയും കശുവണ്ടിയും മറ്റും എടുത്ത് കൊടുക്കുകയും ചെയ്യുന്നുണ്ട്.

ഇതെല്ലാം കേട്ടുകൊണ്ടിരുന്ന മറ്റുള്ളവർ അവരവരുടേതായ നിലപാട് രാജശേഖരപിള്ളയുടെ മുമ്പാകെ വ്യക്തമാക്കും.

ഒടുവിൽ ഒഴിഞ്ഞ മദ്യഗ്ലാസ്സ് കൈയിൽ പിടിച്ചുകൊണ്ട് രാജശേഖരപിള്ള അജിത്തിനെ നോക്കി പറയും "കഴിഞ്ഞ കാര്യങ്ങൾ പറഞ്ഞ് അത് അവർത്തിച്ചിട്ട് ഒരു കാര്യവും ഇല്ല. ഒരു ഒത്തുതീർപ്പിനാണ് നമ്മൾ ഇവിടെ കൂടിയിരിക്കുന്നത്."

ഇടയ്ക്ക് കയറി അജിത്ത് പറഞ്ഞു കേസ് പിൻവലിക്കുവാൻ അവന് താൽപര്യമില്ലെന്ന് .

അവന് നീതി കിട്ടണം

പോലീസുകാർക്ക് അതിനുള്ള ശിക്ഷ വാങ്ങിക്കൊടുക്കണം. അല്പം പോലും മനഃസാക്ഷിയില്ലാത്ത ദുഷ്ടന്മാരാണ് അവർ. അവരെയാണ് തനിക്ക് മൂക്ക് കയർ ഇടേണ്ടത്.

അജിത്തിന്റെ വികാരാധീനമായ ആവേശം കണ്ട് പെട്ടെന്ന് അവന്റെ കൈയിൽ അമർത്തിപ്പിടിച്ച് മീനാക്ഷി അടക്കിപറയും "നമ്മൾ ഒരു ഒത്തുതീർപ്പിനുവേണ്ടിയാണല്ലോ ഇവിടെ വന്നിരിക്കുന്നത് "

പ്രശ്നം ഇവർ രമ്യമായി പരിഹരിച്ചുതന്നാൽ മറ്റെല്ലാം മറന്ന്കൂടെ എന്ന് അപേക്ഷിക്കും.

ഇടയ്ക്ക് കയറി ഗിരീഷ് അലുഞ്ചേരിയോട് ചോദിക്കും

"നിങ്ങൾക്ക് ഇതിൽ എന്ത് നഷ്ട പരിഹാരത്തിനായി സംസാരിക്കുവാൻ സാധിക്കും ? എങ്കിൽ അത് നമുക്ക് സംസാരിക്കാം."

പെട്ടെന്ന് അജിത്ത് പറയും 'അതിന് അവൻ തയ്യാറല്ലെന്ന് "

തന്നെ ഉപദ്രവിച്ച പൊലീസുകാരെ നേരിൽ കാണണം. അവർ മാപ്പ് പറഞ്ഞ് തന്റെ അടുക്കൽ വരണം.

നഷ്ട പരിഹാരം പിന്നീടുള്ള കാര്യമാണെന്ന് മീനാക്ഷിയെ നോക്കി അവൻ പറയും.

ഒടുവിൽ രാജശേഖരപിള്ളയോട് അജിത്ത് ഒരു സംശയം ചോദിക്കും

സാർ എന്തിനാണ് ഇതിൽ ഇടപെടേണ്ടി വന്നത്?"

അവരുകാരണം അവന് ഒത്തിരി നഷ്ടങ്ങളും കഷ്ടതകളും സംഭവിച്ചിട്ടുണ്ട്.

അത് കേട്ട രാജശേഖരപിള്ള മാനേജർ ഷൗക്കത്തിനെ ഒന്ന് നോക്കി എന്തോ ആംഗ്യം കാട്ടികൊണ്ട് അജിത്തിനോട് പറയുന്നതിനിടയിൽ ബോഡിഗാർഡ് ഒഴിഞ്ഞ ഗ്ലാസിൽ മദ്യം പകർന്ന് ട്രേ ഉയർത്തിക്കൊടുക്കും.

മദ്യഗ്ലാസ്സ് എടുത്ത് ഒരു കവിൾ കുടിച്ച് ഒരു ബദാം പരിപ്പെടുത്ത് വായിലിട്ടു ചവച്ചുകൊണ്ട് ഗൗരവ ഭാവത്തിൽ അജിത്തിനെ നോക്കി പറയും

പോലീസുകാരെയൊക്കെ ഞാൻ നോക്കിക്കൊള്ളാം. അജിത്ത് അതിന് മെനക്കെടണമെന്നില്ല. അവരെ നിലയ്ക്ക് നിർത്താൻ നിന്നെക്കൊണ്ട് സാധിക്കില്ല.

താനാണ് ഇവിടുത്തെ രാജാവ് തനിക്കറിയാം എന്താണ് ചെയ്യേണ്ടതെന്ന്.

രാജശേഖരപ്പിള്ള ഗൗരവത്തിൽ അവനോടു പറഞ്ഞു മനസ്സിലാക്കി കൊടുക്കും.

രാജശേഖര പിള്ളയുടെ മുഖഭാവം കണ്ടു പേടിച്ച ജോർജ്ജ് അലുഞ്ചേരി അജിത്തിനോട് സമ്മർദ്ദം ചെലുത്തി പറയും.

സാർ ഇത്രയും പറഞ്ഞത് പ്രശ്നം സമവായത്തിൽ എത്തിക്കുവാൻ വേണ്ടി മാത്രമാണ്. അതിനൊരു തീരുമാനമായിട്ട് നമുക്ക് ഇവിടെ നിന്നും ഇറങ്ങിയാൽ പോരെ?

രാജശേഖരപിള്ള അയാളെ സ്വയം പുകഴ്ത്തിയും പൊക്കിയും അജിത്തിനോട് പറയും.

ഈ കേസ് ഇവിടെ വെച്ച് പരിഹരിച്ചിട്ടേ അവർക്ക് ഇവിടെനിന്നും പോകുവാൻ സാധിക്കൂ. എന്നൊരു ഭീഷണി കൂടി അയാൾ ഉയർത്തി.

ഈ സമയം ഒരു ബോഡിഗാർഡ് അഞ്ഞൂറിന്റെ കെട്ടുകൾ അടങ്ങുന്ന മൂന്ന് ലക്ഷം രൂപ മാനേജർ ഷൗക്കത്തിനെ ഏൽപ്പിക്കും.

ഷൗക്കത്ത് പണമടങ്ങുന്ന ആ ബാഗ് തുറന്ന് രാജശേഖര പിള്ളയ്ക്ക് അഭിമുഖമായി വെക്കും.

രാജശേഖരപിള്ള ആ ബാഗ് അടച്ചുവെച്ചുകൊണ്ട് പറയും "ഈ പ്രശ്നം ഇവിടം കൊണ്ട് തീരുകയാണെന്നും ഇനി ഇതിന്റെ പേരും പറഞ്ഞ് ഇരട്ടത്താപ്പ് കാണിക്കരുതെന്നും അജിത്തിനോട് പറയും. ഒരു താക്കീത് കൊടുക്കും.

ഗിരീഷിനെ ഇടംകണ്ണിട്ട് നോക്കി മുഖത്തൊരു പുഞ്ചിരി വരുത്തി അവനോടു പറയും :"നാളെ ഇയാളെ നേരിൽ വന്ന് കാണണമെന്നും വരുമ്പോൾ ഒരു ഓൾഡ് മോങ്ക് എങ്കിലും വാങ്ങികൊണ്ടുവരണമെന്നും പുച്ഛഭാവത്തിൽ പറയും.

ശേഷം ജോർജ്ജ് ആലുങ്ങേരിയോടായി പറഞ്ഞു "എങ്കിൽ ആ പണം അജിത്തിനെടുത്തു കൊടുത്തുകൊള്ളൂ'

ആലുങ്കേരി പണമടങ്ങുന്ന ബാഗ് അജിത്തിനെടുത്തു കൊടുക്കും.

അജിത്ത് അത് വാങ്ങി അവരോടു നന്ദി പറഞ്ഞ് കസേരയിൽ നിന്നും എഴുന്നേൽക്കും.

തൽസമയം ഗിരീഷും എഴുന്നേൽക്കുവാൻ ശ്രമിക്കുമ്പോഴേക്കും മാനേജർ ഷൗക്കത്ത് അവന്റെ തോളിൽ തട്ടി ഇരിക്കുവാൻ പറയും.

പേടിക്കാനൊന്നുമില്ല ഗിരീഷിനെ ഞങ്ങൾ കൊണ്ടുവന്ന് ആക്കികൊള്ളാം നിങ്ങൾ പോയിക്കൊള്ളൂ, മാനേജർ പറഞ്ഞു.

അജിത്തും മീനാക്ഷിയും ബാഗുമായി ഇറങ്ങുവാൻ ചവിട്ടുപടിയുടെ ഭാഗത്തേക്ക് നടന്നെത്തുമ്പോഴേക്കും പിന്നിൽ നിന്നും ഗംഭീര ശബ്ദത്തിൽ "അജിത്ത്" എന്ന് ഉച്ചത്തിൽ വിളിക്കുന്ന രാജശേഖര പിള്ള.

അയാളുടെ വിളികേട്ട് അജിത്തും മീനാക്ഷിയും തൽക്ഷണം വിളികേട്ട ഭാഗത്തേക്ക് തിരിഞ്ഞു നിൽക്കും.

രാജശേഖരപിള്ളയുടെ ശബ്ദത്തിന്റെ ഗതി മനസ്സിലാക്കിയ രണ്ടു ബോഡി ഗാർഡുകൾ അവർക്ക് മുന്നിൽ വന്ന് വട്ടം നിൽകും.

രാജശേഖര പിള്ളയ്ക്ക് അഭിമുഖമായി ഇരിക്കുന്നവരും ഞെട്ടി. അവർ സംശയഭാവത്തിൽ അയാളെ നോക്കുകയാണ്.

രാജശേഖര പിള്ള മദ്യത്തിന്റെ ഗ്ലാസ്സുമോന്തി മേശയ്ക്ക് മേലിരിക്കുന്ന സിഗാറിന്റെ പെട്ടിയിൽ നിന്ന് ഒരു സിഗരെടുത്ത് പിടിച്ച് പിന്നിൽ

നിൽക്കുന്ന മാനേജരെ തല തിരിച്ച് മുഖത്തേക്ക് നോക്കുമ്പോഴേക്കും
മാനേജർ അയാൾക്ക് അഭിമുഖമായി നിന്ന് മുഖത്തേക്ക് നോക്കും.

രാജശേഖര പിള്ളയുടെ മുഖഭാവത്തിൽ ആജ്ഞാപിക്കുന്ന ഭാവം
മനസ്സിലാക്കിയ മാനേജർ അജിത്തിന്റെ അടുത്തേക്ക് നടന്നടുക്കുകയാണ്.

രാജശേഖര പിള്ളയ്ക്ക് അഭിമുഖമായി ഇരിക്കുന്നവർ ജിജ്ഞാസയോടെ
ഷൗക്കത്തിന്റെ ചലനങ്ങൾ ശ്രദ്ധിക്കുന്നു.

അജിത്തും മീനാക്ഷിയും ഷൗക്കത്തിന്റെ ആ വരവ് ശ്രദ്ധയോടെ
നോക്കും. ശേഷം രാജശേഖര പിള്ളയെയും സൂക്ഷ്മമായി നോക്കും.

രാജശേഖര പിള്ള സിഗാർ ചുണ്ടിൽ വെച്ച് കത്തിച്ച ശേഷം
അധികാരവും അഹംഭാവവും നിറഞ്ഞ മുഖഭാവത്തിൽ അജിത്തിനെ
സൂക്ഷ്മമായി നോക്കുകയാണ്.

അപ്പോഴേക്കും മാനേജർ ഷൗക്കത്ത് അജിത്തിന് സമീപമെത്തി അവന്റെ
അരയുടെ പിൻഭാഗത്ത് തള്ളി നിൽക്കുന്ന തോക്ക് നേരാംവണ്ണം വെച്ച്
കൊടുത്തിട്ട് ഇനി ഇത് ആവർത്തിക്കരുതെന്ന് സ്നേഹത്തോടെ
സ്വകാര്യമായി ചെവിയിൽ പറഞ്ഞ് മുന്നറിയിപ്പ് നൽകും.

ശേഷം അവന് ഹസ്തദാനം നൽകി പറയും, നാളെത്തന്നെ സ്റ്റേഷനിൽ
ചെന്ന് കാര്യങ്ങൾ ഒത്തുതീർപ്പാക്കാൻ മറക്കണ്ട. മനസ്സിലായില്ലേ?
എന്നും കൂടി ചോദിക്കും.

അവർ മനസ്സിലായി എന്ന ഭാവത്തിൽ തലയാട്ടും.

എങ്കിൽ നിങ്ങൾ പോയിക്കൊള്ളൂ.

അജിത്തും മീനാക്ഷിയും പുറത്തേക്ക് പോകുവാൻ ഇറങ്ങുമ്പോഴേക്കും
രണ്ട് ബോഡിഗാർഡുകൾ വന്ന് മുന്നിലും പിന്നിലുമായി ആനയിക്കും.

അജിത്ത് ഇറങ്ങുവാനുള്ള ചവിട്ടുപടി എത്തുന്നതുവരെ മറ്റെല്ലാവരും
അവരെ ഉറ്റുനോക്കുന്നുണ്ട്.

അജിത്ത് ചവിട്ടു പടിയുടെ തിരുവിലെത്തിയപ്പോൾ
രാജശേഖരപിള്ളയെ ഒന്ന് മനസ്സില്ല മനസ്സോടെ നോക്കും.

ഗൗരവത്തോടെ ഇരിക്കുന്ന രാജശേഖര പിള്ളയുടെ മുഖഭാവം കാണാം.

അടുത്ത ദിവസം ജെ ഡി ജെ വില്ലിങ്ടൺ കവാടത്തിന് സമീപം അജിത്തും ഗിരീഷും ബുള്ളറ്റിൽ വന്ന് നിന്നു. ഗിരീഷിന്റെ കൈവശം ഒരു പാക്കറ്റിലാക്കിയ സ്കോച്ച് വിസ്കിയുടെ ബോട്ടിലുണ്ട്.

അജിത്ത് ഇപ്പോൾ സ്റ്റേഷനിലേക്ക് പോവുകയാണ്. അവിടെ നിന്ന് ഇറങ്ങിയ ശേഷം ഗിരീഷിനെ വിളിച്ചോളാമെന്ന് പറയും.

ഗിരീഷ് വിസ്കിയുമായി അജിത്തിനോട് യാത്ര പറഞ്ഞ് കവാടം കടന്ന് പോവുകയാണ്.

പോലീസ് സ്റ്റേഷനിൽ എസ് ഐ യുടെ ക്യാബിനിൽ എസ് ഐ വയർലെസ്സിന്റെ ശബ്ദം ക്രമീകരിച്ചുകൊണ്ടിരിക്കുമ്പോൾ അജിത് ക്യാബിനിലേക്ക് കടന്നുവന്നു.

അവിടെ ജോർജ്ജ് അലുങ്കേരിയും അള്ളാ രാമകൃഷ്ണ റെഡ്ഢിയും അയാൾക്ക് അഭിമുഖമായി ഇരിപ്പുണ്ട്. അവർക്ക് പിന്നാലെയായി മാദേഷ് കൈയും കെട്ടി നിൽക്കുന്നു.

എസ് ഐ അജിത്തിനോട് ഇരിക്കുവാൻ നിർദ്ദേശിക്കും.

അവൻ ഇരിക്കുമ്പോഴേക്കും അയാൾ സന്തോഷത്തോടെ അവന്റെ വിശേഷം തിരക്കും.

അജിത്തും സന്തോഷത്തോടെ അതിന് മറുപടി നൽകും.

എസ് ഐ ഉടനെ മേശയ്ക്ക്മേൽ ഇരിക്കുന്ന ബെല്ലിൽ വിരലമർത്തി. ബെല്ലിന്റെ മുഴക്കം അവസാനിക്കും മുമ്പ്, എ എസ് ഐ ജബ്ബാർ പാഷ വേഗത്തിൽ കടന്നു വന്ന് സല്യൂട്ട് അടിച്ച് നിൽക്കും.

എസ് ഐ അജിത്തിനോട് ഈ കേസുമായി ബന്ധപ്പെട്ട തെളിവുകൾ ശേഖരിച്ചതിന്റെ വിവരങ്ങൾ ഹിന്ദി ഭാഷയിൽ ചോദിച്ച് മനസ്സിലാക്കുകയാണ്.

അവൻ ശേഖരിച്ച തെളിവുകളുടെ ശേഖരണ രീതിയും മറ്റും അയാളോട് വിവരിച്ചു കൊടുക്കും.

അത് കേട്ട് മാദേഷ് നർമ്മത്തോടെ പറയും "ഇതെല്ലം നമ്മൾ സിനിമയിൽ പോലും കണ്ടിട്ടില്ല "

ജീവിതത്തിൽ ആദ്യമായിട്ടാണ് ഇങ്ങനെ ഒരു അനുഭവം കാണുന്നത്.

മാദേഷിന്റെ സംസാര ശൈലി കേട്ട് എല്ലാവരും ചിരിക്കുകയാണ്.

ഈ സമയം സി ഐയുടെ ജീപ്പ് വന്ന് നിൽക്കുന്നതിന്റെ ശബ്ദം കേൾക്കാം.

എസ് ഐ അവരോടു ഒരുമിനുട്ട് എന്ന് പറഞ്ഞ് എ എസ് ഐ ജബ്ബാർ പാഷയുമായി ക്യാബിൻ വിട്ട് പുറത്തേക്ക് പോകും.

അല്പസമയത്തിനുള്ളിൽ അവിടേക്ക് കടന്നുവരുന്ന വെങ്കിട്ട് സ്വാമി അവരോടു വരൂ എന്ന് പറഞ്ഞ് പുറത്തേക്ക് വിളിക്കും.

അവരെല്ലാവരും എഴുന്നേറ്റ് ക്യാമ്പിന് പുറത്തേക്ക് പോകുവാൻ ശ്രമിക്കുന്നു.

വെങ്കിട്ട് സ്വാമി സി ഐ യുടെ ക്യാമ്പിന്റെ ഗ്ലാസ് ഡോർ തുറന്ന് അകത്തേക്ക് കയറി സല്യൂട്ട് അടച്ചു നിൽക്കും.

അയാൾക്ക് പിന്നാലെ തന്നെ അവർ നാലുപേരും അകത്തേക്ക് കയറി നിൽക്കും.

സി ഐ കസേരയിൽ ഇരുന്ന് അയാളുടെ മൊബൈൽ ഫോണിൽ എന്തോ തിരയുകയാണ്.

തൊട്ടടുത്ത് തന്നെ എസ് ഐ ഇരിപ്പുണ്ട്. അയാൾക്ക് സമീപം എ എസ് ഐ യും നിൽപ്പുണ്ട്.

കയറി വന്ന ആ നാലുപേരോടും ഫോണിൽ നോക്കികൊണ്ട് തന്നെ സി ഐ ഇരിക്കുവാൻ പറയും.

അവർ നാലുപേരും സി ഐ ക്ക് അഭിമുഖമായുള്ള കസേരയിൽ ഇരുന്നു.

ഈ സമയം ഒരു ഫയലുമായി കോൺസ്റ്റബിൾ അനിൽ അങ്ങോട്ടേക്ക് കയറി വന്ന് ഫയൽ മേശയ്ക്ക് മേൽ വെച്ച് സല്യൂട്ട് അടിച്ച് നിന്നു.

സിഐ ആ ഫയൽ മറിച്ചുനോക്കിയിട്ട് അവനെ നോക്കി നീയാണോ അജിത്ത്?

അവൻ അതെയെന്ന് മറുപടി കൊടുക്കും.

സി ഐ ഒന്ന് ആലോചിച്ച ശേഷം പേനയെടുത്ത്, മേശയ്ക്ക് മേലിരിക്കുന്ന ഫയലിൽ കൊട്ടികൊണ്ടു പ്രത്യേക മുഖഭാവത്തോടെ എസ് ഐ യെ നോക്കും.

എസ് ഐ ഈ കേസുമായി ബന്ധപ്പെട്ട് അജിത്ത് തെളിവുകൾ ശേഖരിച്ച വിധം കന്നഡ ഭാഷയിൽ അയാളോട് വിശദീകരിച്ച് കൊടുക്കുകയാണ്.

ഇത് കേട്ട് സി ഐ ഒരു കോൺസ്റ്റബിളിനോട് അജിത്തിന്റെ പ്രോപ്പർട്ടി എല്ലാം ഊരിക്കൊടുക്കുവാൻ നിർദ്ദേശിക്കും.

അജിത്ത് കസേരയിൽ നിന്നും എഴുന്നേൽക്കുമ്പോഴേക്കും അവനെ ഇരുത്തികൊണ്ട് തന്നെ കോൺസ്റ്റബിൾ അനിലും ഹെഡ് കോൺസ്റ്റബിൾ വെങ്കിട്ട് സ്വാമിയും അവന്റെ പ്രോപർട്ടിസെല്ലാം ഊരി വാങ്ങും.

ഊരി വാങ്ങിയ അവന്റെ വസ്തു വാഹകളെല്ലാം സി ഐ അവരോടു അപ്പുറത്ത് കൊണ്ടുപോയി വെക്കുവാൻ പറയും.

അനിൽ അതുമായി അപ്പുറത്തേക്ക് കടക്കും.

തൽസമയം സി ഐ കസേരയിൽ നിന്നെഴുന്നേറ്റ് മേശയുടെ ഒരു മൂലയിൽ വന്നിരുന്ന അജിത്തിനെ നോക്കി ഹിന്ദി ഭാഷയിൽ വഴക്ക് പറഞ്ഞ് അവനെ ഒന്ന് വിരട്ടി ഞെട്ടിക്കും.

ശേഷം അവിടെ നിന്നെഴുന്നേറ്റ് അവനു സമീപം ചെന്ന് കോളറിൽ പിടിച്ച് രണ്ട് കുലുക്കി കുലുക്കി പുറകോട്ട് തള്ളി.

ഈ പ്രവൃത്തി ചെയ്ത ശേഷം വീണ്ടും സി ഐ അയാളുടെ കസേരയിൽ ദേഷ്യത്തോടെ വന്നിരിക്കും.

ശേഷം എസ് ഐ യോടും രാമകൃഷ്ണ റെഡ്ഢിയോടും ഈ കേസുമായി എ)ന്തോ കന്നഡ ഭാഷയിൽ അവർ സംസാരിക്കും.

ഒടുവിൽ സി ഐ ഹെഡ് കോൺസ്റ്റബിൾ വെങ്കിട്ട് സ്വാമിയോട് ഇവന്റെ സ്റ്റേറ്റ്മെന്റ് എഴുതി കൊണ്ടുവരുവാൻ പറയും.

വെങ്കിട്ട് സ്വാമി "സാർ " എന്ന് പറഞ്ഞു അനുസരണയോടെ പുറത്തേക്ക് പോകും.

പത്തു മിനിറ്റിനകം സി ഐ യുടെ ക്യാബിനകത്തേക്ക് കടന്നുവരുന്ന അനിലും വെങ്കിട്ട് സ്വാമിയും .

അനിലിന്റെ പക്കൽ അജിത്തിന്റെ സ്റ്റേറ്റ് മെന്റ് പേപ്പർ ഉണ്ട്. ആ പേപ്പർ സി ഐ ക്ക് നേരെ നീട്ടി അയാൾ സ്റ്റഡി ആയി നിൽക്കും.

സി ഐ അവന്റെ സ്റ്റേറ്റ് മെന്റ് വായിച്ച് കഴിഞ്ഞ ഉടനേ മേശയ്ക്ക്മേൽ ആഞ്ഞു ഒന്ന് തട്ടികൊണ്ട് ഗൗരവത്തിൽ ഇതിൽ എന്താ എഴുതി വെച്ചിരിക്കുന്നതെന്ന് അനിലിനോട് ചോദിക്കും. സി ഐ യുടെ രോഷ പ്രകടനം കണ്ട് അജിത്തടക്കം ഞെട്ടി.

"ഇത് ആകെ പ്രശ്നമായല്ലോ! ഇതെങ്ങനെ താൻ റിപ്പോർട്ട് ചെയ്യും? തലവേദനയാണല്ലോ ഇവൻ ഉണ്ടാക്കി വെച്ചിരിക്കുന്നത്" അയാൾ ആക്രോശിക്കുകയാണ്.

അനിൽ വെപ്രാളത്തോടെ കന്നഡ ഭാഷയിൽ "എന്താണ് സാർ ? എന്താണ് പ്രശ്നം" എന്ന് ചോദിക്കും.

ആ പേപ്പർ അനിലിന് തിരിച്ചു കൊടുത്ത് എന്തോ ഉപദേശം നൽകി അത് തിരുത്തി കൊണ്ടുവരുവാൻ പറയും.

അനിൽ അത് വാങ്ങി സല്യൂട്ട് ചെയ്തു പുറത്തേക്കിറങ്ങും.

ഈ സമയം അജിത്തിനെ നോക്കി, രാമകൃഷ്ണറെഡ്ഡിയോട് ഗിരീഷ് എവിടെ എന്ന് ഹിന്ദിയിൽ ചോദിക്കും.

"അവൻ രാജശേഖര പിള്ളയുടെ വീട്ടിലുണ്ട് " എന്ന് മറുപടി കൊടുക്കും.

അവിടെ എന്താ അവന് കാര്യമെന്ന് അലുഞ്ചേരി മലയാളത്തിൽ അജിത്തിനോട് ചോദിച്ചു.

അറിയില്ലയെന്നും ഗിരീഷിനെ അവിടെ ആക്കികൊടുത്തിട്ട് തൻ ഇങ്ങോട്ട് വരികയായിരുന്നുവെന്ന് മറുപടി കൊടുത്തു.

ഒരു നിമിഷത്തെ നിശബ്ദതയ്ക്കു ശേഷം സി ഐ മേശയിൽ താളം പിടിച്ച് എഴുന്നേറ്റ് അജിത്ത് ഒഴികെ മറ്റെല്ലാവരും പുറത്തേക്കിറങ്ങുവാൻ നിർദ്ദേശിക്കും.

സി ഐ അടക്കം അവരെല്ലാം പുറത്തേക്കിറങ്ങി.

അജിത്ത് ക്യാബിനിൽ തനിച്ചിരിക്കുകയാണ്. നിശബ്ദമായ അന്തരീക്ഷത്തിൽ ക്ലോക്കിന്റെ സൂചി ചലിക്കുന്ന ശബ്ദം നല്ലവണ്ണം കേൾക്കാം.

പത്തിരുപത് മിനിട്ടുകൾക്ക് ശേഷം അവരെല്ലാം തിരികെ അവരവരുടെ കസേരയിൽ വന്നിരുന്നു.

തൽസമയം അജിത്ത് രാമകൃഷ്ണ റെഡ്ഡിയെ നോക്കി എന്തെങ്കിലും പ്രശ്നമുണ്ടോയെന്ന് ഹിന്ദി ഭാഷയിൽ അടക്കിപിടിച്ച് ചോദിക്കും.

രാമകൃഷ്ണ റെഡ്ഡി അവനെ നോക്കി കണ്ണടച്ച് കാട്ടി മിണ്ടാതിരിക്കാൻ പറയും.

എസ് ഐ യുടെ മുഖഭാവം നിരാശയിലാണ്. അജിത്ത് മാനസീക പിരിമുറുക്കത്താൽ സി ഐ യെ നോക്കി.

ഈ സമയം കോൺസ്റ്റബിൾ അനിൽ രണ്ട് പ്രിന്റെഡ് പേപ്പറുമായി അകത്തേക്ക് കടന്ന് വന്ന് അത് സി ഐ ക്ക് കൊടുത്തു കൊണ്ട് "അജിത്തിന്റെ കൂട്ടുകാരനെ അങ്ങോട്ട് കൂട്ടികൊണ്ടുവരെട്ടെ" എന്ന് ചോദിക്കും.

എങ്കിൽ കൊണ്ടുവരുവാൻ സി ഐ പറയും.

അനിൽ വേഗത്തിൽ പുറത്തേക്കിറങ്ങി പോകും.

സി ഐ ആ പേപ്പറുകൾ വായിച്ചു നോക്കിയിട്ട് അത് എസ് ഐ ക്ക് കൊടുക്കും. എസ് ഐ അത് വായിച്ചു നോക്കിയിട്ട് രാമകൃഷ്ണ റെഡ്ഢിക്ക് കൊടുക്കും. രാമകൃഷ്ണ റെഡ്ഢി വായിച്ചിട്ട് അത് സി ഐ ക്ക് തിരികെ കൊടുക്കും.

അപ്പോഴേക്കും ക്യാബിൻ ഡോർ തുറന്ന് ഹെഡ് കോൺസ്റ്റബിൾ വെങ്കിട്ട് സ്വാമി ഗിരീഷിന്റെ കോളറിൽ പിടിച്ച് സി ഐ യുടെ മുന്നിൽ കൊണ്ടുവന്ന് നിർത്തും. പിന്നാലെ അനിലുമുണ്ട്.

ഗിരീഷ് പേടിച്ച് വിറച്ച് അസ്വസ്ഥനാണ്.

പെട്ടെന്ന് രാമകൃഷ്ണ റെഡ്ഢി കന്നഡ ഭാഷയിൽ ഗിരീഷിനെ കുറിച്ച് എന്തോ പറഞ്ഞ് ദേഷ്യത്തിൽ പിറുപിറുത്തു.

സി ഐ ഗിരീഷിനോട് കന്നഡ ഭാഷയിൽ എന്തെല്ലാമോ ഗൗരവത്തിൽ ചോദിച്ചു.

അതിനു മറുപടിയായി ഗിരീഷ് വിറളി പിടിച്ച് കന്നഡയിൽ തന്നെ പറയും.

അല്ല സർ , രാജശേഖരപിള്ള അവിടെ ചെല്ലുവാൻ പറഞ്ഞിട്ടാണ് താനവിടെ പോയത്. താൻ അയാളുടെ പക്കൽ നിന്നും ഒന്നും ചോദിച്ചു വാങ്ങിയിട്ടില്ല. അദ്ദേഹം തനിക്ക് പതിനായിരം രൂപ സ്നേഹത്തോടെ തന്നതാണ്.

ഇത് കേട്ടപാടെ സി ഐ, എസ് ഐ യെ ഒന്ന് നോക്കി.

എസ് ഐ കോൺസ്റ്റബിളിനെ നോക്കി ഗിരീഷിനെ അയാൾക്ക് സമീപം കൊണ്ടുവരുവാൻ ആംഗ്യം കാണിക്കും.

എസ് ഐ എഴുന്നേറ്റ് ഗിരീഷിന്റെ തോളിൽ കൈവെച്ചുകൊണ്ട് പറയും.

നീ ഇനി അജിത്തിന്റെ കൂടെ നടക്കരുത്.

വേഗംതന്നെ നീ ഈ നാട് വിട്ട് പോയിക്കൊള്ളണം. ഇനി നിന്നെ ഇവിടെ എവിടെയെങ്കിലും കണ്ടാൽ ഇടിച്ചു നശിപ്പിച്ചു കളയും

എസ് ഐ ജോർജ്ജ് അലുഞ്ചേരിയെ നോക്കി ഇവന് പറഞ്ഞു മനസ്സിലാക്കി കൊടുക്കുവാൻ പറയും

തൽസമയം സി ഐ, എ എസ് ഐ യെനോക്കി ഇവരുടെ പക്കൽ നിന്നും സാക്ഷിപത്രങ്ങളെല്ലാം ഒപ്പിട്ട് വാങ്ങി വിട്ടയക്കുവാൻ നിർദ്ദേശിക്കും.

ശേഷം അയാൾ ആ ഫയൽ അടച്ച് മേശയ്ക്ക് മേൽ നീക്കിവെച്ചുകൊണ്ട് അജിത്തിനോട് "എല്ലാം തീർപ്പാക്കിയിട്ടുണ്ട് പോയിക്കൊള്ളുവാൻ ", പറയും .

കസേരയിൽ നിന്നും എഴുന്നേറ്റ അജിത്ത് സംശയത്തോടെ സി ഐ യോട് നിഷ്കളങ്ക ഭാവത്തിൽ ഒരു കാര്യം ചോദിക്കും.

"വേറെ പ്രശ്നമൊന്നുമില്ലല്ലോ സാർ "

ഇപ്പോൾ തന്റെ പക്കൽ നിന്നും എഴുതി വാങ്ങിയ സ്റ്റേറ്റ് മെന്റിന്റെ കാര്യം ഒന്നും പറഞ്ഞില്ലാലോ? മാത്രമല്ല രണ്ടാമത്തെ പേപ്പറിൽ എന്തിനാണ് ഗിരീഷിന്റെ ഒപ്പ് എന്തിനാണ് വാങ്ങിയത്?

ഭയത്തോടും പരിഹാസത്തോടും കൂടി അയാൾ പറയും നീ ഇത്രയും വലിയ ആളല്ലേ. നിന്നെ തനിച്ചു പറഞ്ഞുവിടുവാൻ ഞങ്ങൾക്ക് സാധിക്കില്ല.

ഇനി ഇതേ തുടർന്ന് നിങ്ങളെ കേൾക്കുവാനായി ആരെങ്കിലും വിളിച്ചാൽ പോകരുത്. അവരുടെ കാൽ എടുക്കാതിരുന്നാൽ മതി.

അപ്പോൾ അവർ കരുതിക്കൊള്ളും നിങ്ങൾ ബാംഗ്ലൂർ വിട്ടു പോയെന്ന്. ധൈര്യമായി ഇരുന്നോളൂ.

വീണ്ടും ഗൗരവത്തിൽ ഗിരീഷിനെ നോക്കി സി ഐ പറയും.

"നീ ബംഗളൂർ വിട്ട് പോയിക്കൊള്ളണം. ഇനി എവിടെയും കണ്ടുപോകരുത്."

ഈ സമയം അജിത്ത് സി ഐ ക്കും എസ് ഐ ക്കും രാമകൃഷ്ണ റെഡ്ഡിക്കും ആലുഞ്ചേരിക്കും ഹസ്തദാനം നൽകി ഗിരീഷിനെയും കൂട്ടി കോൺസ്റ്റബിൾ ആനിലുമായി അവിടെ നിന്നും പുറത്തേക്കിറങ്ങി.

ഒരു വർഷം കടന്ന് പോയി.

2021 മാർച്ച് 11

2021 അൺലോക്ക് പത്ത് കാലഘട്ടത്തിൽ അജിത്തും മീനാക്ഷിയും അവരുടെ കേടുപാടുകൾ തീർത്ത ബുള്ളറ്റിൽ സന്തോഷകരമായി മെയിൻ റോഡിലൂടെ പർച്ചേസിങ് എല്ലാം കഴിഞ്ഞ് ഇന്ദിരാ നഗറിലുള്ള അവരുടെ ഫ്ളാറ്റിൽ എത്തിച്ചേർന്നുകൊണ്ടിരിക്കുമ്പോൾ അവരുടെ ഓർമ്മകൾ ഓരോന്നായി അയവിറക്കുകയാണ്. അജിത്തിന്റെയും രാമകൃഷ്ണ റെഡ്ഡിയുടെയും കേസുമായി ബന്ധപ്പെട്ട് തുടർ നടപടികൾ പ്രകാരം പി സി എ , എസ് എച്ച് ആർ സി, എൻ എ എച്ച് ആർ സി യിൽ നിന്നും പോസ്റ്റൽ മുഖാന്തിരം കത്തുകൾ നാട്ടിലെ അഡ്രസ്സിൽ വന്നുകൊണ്ടിരിക്കുന്നു.

അവൻ അതിനെല്ലാം പ്രതികരിക്കുകയും ചെയ്തിരുന്നു. പോലീസ് സ്റ്റേഷനിൽ നിന്നുള്ള റിപ്പോർട്ടിൽ, ഡി സി പി, എൻ എ എച്ച് ആർ സി യുടെ മേൽനോട്ടത്തിൽ എസ് എച്ച് ആർ സി ക്ക് അയച്ച അന്വേഷണ വിവരണത്തിന്റെ പ്രക്രിയയും പി സി എ യുടെ മേൽനോട്ടത്തിൽ കമ്മീഷണർ മുഖാന്തിരം എസ് പി യുടെ നിരീക്ഷണത്തിൽ എസ് എച്ച് ആർ സി ക്ക് സമർപ്പിച്ച റിപ്പോർട്ടിന്റെ പകർപ്പുകളുമാണ് കത്തുകളിലെന്നും.

എസ് എച്ച് ആർ സി യിലെ ഹിയറിങ്ങിൽ അവർക്ക് മനസ്സിലാക്കുവാൻ സാധിച്ചത് - സംഭവം പോലീസ് സ്റ്റേഷനിൽ വെച്ച് ഒത്തുതീർപ്പാക്കിയ അന്ന് സി ഐ അളഗപ്പ നായിക്ക് മേൽ ഉദ്യോഗസ്ഥർക്ക് കൊടുത്ത റിപ്പോർട്ടിന്റെ ഉള്ളടക്കത്തിൽ ഇങ്ങനെയായിരുന്നു - ഇരുചക്ര വാഹനത്തിൽ വന്നിരുന്ന അജിത്ത് ചൂഢസാന്ദ്ര ബസ് സ്റ്റോപ്പിന് സമീപം വണ്ടി നിർത്തിയ എം എൽ എ യുടെ ബന്ധുവെന്ന് കരുതി അയാളുടെ വിലപിടിപ്പുള്ള സ്വർണ്ണമാല പൊട്ടിച്ചെടുക്കുവാൻ ശ്രമിച്ചുവെന്നും ആളുകൾ കൂടുമെന്ന ഘട്ടമായപ്പോൾ രാമകൃഷ്ണ റെഡ്ഡിയെ മർദ്ദിച്ച് ഓടി രക്ഷപ്പെടുവാൻ ശ്രമിച്ചപ്പോൾ നാട്ടുകാർ പിടികൂടി പോലീസിൽ

ഏൽപ്പിച്ച ശേഷം, അതിനെ തുടർന്ന് രാമകൃഷ്ണ റെഡ്ഡിയുടെ പക്കൽ നിന്നും പരാതി എഴുതി വാങ്ങുകയും രാമകൃഷ്ണ റെഡ്ഡിയുടെ ആശുപത്രി ചിലവ് വാങ്ങി ഒത്തു തീർപ്പാക്കിയ കേസാണെന്ന് പോലീസ് സമർപ്പിച്ച റിപ്പോർട്ടിൽ ഉണ്ടായിരുന്നത്.

ഇതിന്റെ നിജസ്ഥിതി എസ് എച്ച് ആർ സിയിലെ - ഡി എസ് പി മഹീന്ദ്ര ചൗധരി മുമ്പാകെ തെളിവ് സഹിതം അജിത്ത് ബോധിപ്പിക്കുകയും കാര്യം ബോധ്യപ്പെട്ട എസ് എച്ച് ആർ സി ഡിപ്പാർട്ടമെന്റെ മൈക്കോ ലേഔട്ട് സൗത്ത് - ഈസ്റ്റ് ഡിവിഷൻ എ സി പി യുടെ നേതൃത്വത്തിൽ അന്വേഷിച്ച് കമ്മീഷണർ ഓഫീസിൽ നിന്നുള്ള അന്വേഷണത്തിന് ബദലായി ഡി എസ് പി റിപ്പോർട്ട് നൽകുകയും ചെയ്തിരുന്നു.

കഴിഞ്ഞ ഒരു മാസം മുമ്പ് അജിത്തിന് രണ്ട് കത്തുകൾ ലഭിച്ചിരുന്നു. അതിൽ ഒന്നിൽ പറയുന്നത് എൻ എച്ച് ആർ സി ഡെപ്യൂട്ടി രജിസ്ട്രാർ (ലോ) ഗോവിന്ദ കമ്മത്ത് കമ്മീഷണർ മുഖാന്തിരം അയച്ച കത്തായിരുന്നു.

ആ അന്വേഷണത്തിന്റെ സത്യാവസ്ഥ മനസ്സിലാക്കി എട്ട് ആഴ്ചയ്ക്കുള്ളിൽ അതിനുള്ള നടപടി എടുക്കണമെന്നാണ് കത്തിൽ പറയുന്നത്.

അടുത്ത കത്തിൽ എ സി ബി ഡിപ്പാർട്മെന്റിലെ എസ് പി ലീലാമണി എ)സ് രാജുവിന്റെ കീഴിലുള്ള എസ് ഐ രഞ്ജിത്ത് കൃഷ്ണ ഒപ്പിട്ട് അയച്ച കത്താണ്.

അതിൽ പറയുന്നത്, ഈ കേസുമായി ബന്ധപ്പെട്ട് എന്തെങ്കിലും കൂടുതൽ തെളിവുകൾ ഉണ്ടെങ്കിൽ എട്ട് ആഴ്ചയ്ക്കകം നേരിൽ വന്ന് കാണുവാനും അതിന്റെ തുടർ നടപടികൾ ഉണ്ടാകുമെന്നുമാണ് ആ കത്തിലും പറയുന്നത്.

ഇതെല്ലം ആലോചിച്ചു കൊണ്ടിരുന്ന മീനാക്ഷി അജിത്തുമായി ബ്രിഗേഡ് എക്സോട്ടിക്കാ ഫ്ലാറ്റ് എന്ന അവരുടെ പുതിയ വാസസ്ഥലത്തേക്ക് എത്തിച്ചേർന്നു. വീട്ടുസാധനങ്ങളുമായി മീനാക്ഷി ബുള്ളറ്റിൽ നിന്നിറങ്ങി അജിത്തിനോട് രാജശേഖരപിള്ള പറഞ്ഞതിനെക്കുറിച്ച് എസ് ഐ യോട് ധരിപ്പിക്കണമെന്ന് പറയും.

അജിത്ത് എസ് ഐ യോട് കാര്യങ്ങളെല്ലാം പറഞ്ഞിട്ടുണ്ടെന്നും തങ്ങൾക്ക് വന്ന കത്തിന്റെ പകർപ്പ് സ്റ്റേഷനിൽ എത്തിയുട്ടുണ്ടെന്നും, പ്രശ്നം ഒന്നും ഇല്ലായെന്നും ധൈര്യമായിട്ട് അങ്ങോട്ടേക്ക് ചെന്നോളാനുമാണ് പറഞ്ഞത്.

മാത്രവുമല്ല ഈ സംഭവം കഴിഞ്ഞ് കുറച്ച് നാളുകൾക്ക് ശേഷമല്ലേ നമ്മൾ എസ് ഐ യെ കാണുന്നത്. അപ്പോൾ അയാൾക്ക് എന്തെങ്കിലും പാരിതോഷികം വാങ്ങി കൊടുക്കണം. ഇത്രയും പറഞ്ഞ് അവൻ വണ്ടിയെടുത്ത് മുന്നോട്ട് പോകും.

ഇപ്പോൾ അജിത്തിന്റെ വസ്ത്രധാരണ സ്റ്റൈൽ തികച്ചും മാറിയിരിക്കുന്നു.

സ്റ്റേഷനിലെത്തിയ അജിത്തിനെയും കാത്ത് വരാന്തയിൽ തന്നെ എസ് ഐ സിങ്കപ്പയും കോൺസ്റ്റബിൾ വെങ്കിട്ട് സ്വാമിയും നിൽപ്പുണ്ട്.

അവർ അവനെയും കൊണ്ട് അവരുടെ പുതിയ ഇൻസ്പെക്ടർ ദേവദാസ് ഗൗഡയുടെ ക്യാബിനിലേക്ക് കടന്ന് ചെന്നു.

ഈ സമയം സി ഐ ഫയലുകൾ പരിശോധിച്ചുകൊണ്ടിരിക്കുകയായിരുന്നു.

എസ് ഐ സിങ്കപ്പ സി ഐ ക്ക് സല്യൂട്ട് കൊടുത്ത് കൊണ്ട് അജിത്തിനെ പരിചയപ്പെടുത്തികൊടുത്തു.

ശേഷം എസ് ഐ വെങ്കിട്ട സ്വാമിയുടെ പക്കൽ നിന്നും ഫയൽ വാങ്ങി സി ഐ യുടെ മേശയ്ക്ക് മേൽ വെച്ചുകൊണ്ട് കാര്യങ്ങൾ വിശദീകരിക്കും.

സി ഐ ആ ഫയൽ വാങ്ങി എസ് ഐ യോട് ചോദിക്കും.

"ഇനി എന്താണ് ചെയ്യേണ്ടത്?"

പോലീസുകാർക്കെതിരെ അജിത്ത് നൽകിയ ആരോപണങ്ങളുടെ നടപടി ക്രമങ്ങളെല്ലാം പൂർത്തിയയായി കഴിഞ്ഞു സാർ.

പുനഃരന്വേഷണത്തിൽ നമുക്ക് ഒന്നും ചെയ്യുവാൻ സാധിക്കില്ല. ഇനി ഇതിൽ എന്തെങ്കിലും ചെയ്യുവാൻ സാധിക്കുമെങ്കിൽ അത് അജിത്തിന് മാത്രമേ പറ്റൂ.

ഇടയ്ക്ക് കയറി അജിത്ത് സി ഐ യോട് പറയും.

തന്നെ രാജശേഖരപിള്ള പണത്തിന്റെ കാര്യം പറഞ്ഞ് .മാനസീക സമ്മർദ്ദം ചെലുത്തുകയാണ്, മാത്രവുമല്ല താൻ ഈ കേസുമായി വീണ്ടും മുന്നോട്ട് പോകുന്നുവെന്നാണ് പറയുന്നത്.

സാർ ഇത് നിയമ നടപടികളുടെ ഭാഗമല്ലേ? ഭരണഘടനയുടെ വ്യവസ്ഥിതി തന്നെയല്ലേ?"

ഇത് കേട്ട് സി ഐ, എസ് ഐ യെ നോക്കും.

എസ് ഐ ത്തിനുള്ള മറുപടി കൊടുത്തുകൊണ്ട് പറയും, അയാൾ അജിത്ത് പറഞ്ഞ കാര്യങ്ങളുടെ സത്യാവസ്ഥ രാജശേഖര പിള്ളയുമായി ചോദിച്ചു മനസ്സിലാക്കിയതാണ്.

അജിത്ത് കാശൊന്നും തിരിച്ചു കൊടുക്കേണ്ട. രാജശേഖരപിള്ള അറിഞ്ഞുതന്ന പണം തന്നെയല്ലേ?

അയാൾ അങ്ങിനെയൊക്കെ പറയും. ഈ കാര്യങ്ങൾ ഒത്തു തീർപ്പായി പോയിട്ടുള്ളതാണ്.

ഒന്ന് നിർത്തി സി ഐ യെ നോക്കി എസ് ഐ പറയും

"പോലീസുകാർക്കെതിരെ അജിത്ത് നൽകിയ ആരോപണങ്ങളുടെ നടപടിക്രമങ്ങളെല്ലാം പൂർത്തിയായി കഴിഞ്ഞു. അതോറിറ്റിയിൽ നിന്നോ, ബ്യൂറോയിൽ നിന്നോ പുനരന്വേഷണവും വന്നാൽ തനിക്കോ തന്റെ ഡിപ്പാർട്ട്മെന്റിനോ ഇതിൽ ഒന്നും ചെയ്യുവാൻ സാധിക്കുകയില്ല! ഇനി ഇതിൽ എന്തെങ്കിലും ചെയ്യുവാൻ സാധിക്കുമെങ്കിൽ അത് അജിത്തിനെകൊണ്ട് മാത്രമേ പറ്റൂ". ഒന്ന് നിർത്തി അയാൾ വീണ്ടും തുടർന്നു, "ഇതിന്റെയൊക്കെ ഫലമായിട്ടാണ് സിഐ അളഹപ്പാനായിക്കിനെ കേരളാ-കർണ്ണാടക അതിർത്തിയിൽ ക്രൈംബ്രാഞ്ച് ഡിവിഷനിലേയ്ക്ക് സ്ഥലം മാറ്റം ചെയ്യപ്പെട്ടത്. പിന്നെ, മൈക്കോ ലേഔട്ട് സൗത്ത് ഡിവിഷൻ എസിപിക്കും ഞങ്ങൾക്കും അച്ചടക്ക നടപടിക്ക് വിധേയരാകേണ്ടി വന്നത്."

ഇതേ തുടർന്ന് എന്തെങ്കിലും പ്രശ്നമുണ്ടെങ്കിൽ താൻ വേണ്ടത് പോലെ കൈകാര്യം ചെയ്തുകൊള്ളാം സാർ.

ഈ സമയം സി ഐ കൈയിലിരിക്കുന്ന പേന ഒന്ന് കറക്കി അജിത്തിനോട് മുഖത്തണിഞ്ഞിരിക്കുന്ന മാസ്ക് അല്പം താഴ്ത്തുവാൻ പറയും.

മാസ്ക് താഴ്ത്തിയ അജിത്തിനെ നോക്കി സി ഐ ദേവദാസ് ഗൗഡ പൊട്ടിച്ചിരിക്കുകയാണ്.

അദ്ദേഹത്തിന്റെ ചിരിക്കുന്ന ഭാവം കണ്ട് ആശ്ചര്യപ്പെടുന്ന എസ് ഐ യോടും ഡെഡ് കോൺസ്റ്റബിളിനോടുമായി പറയും.

"സർവീസിൽ ഇത്രയും കാലം താൻ അടുത്ത ജില്ലയിലാണ് സേവനം അനുഷ്ഠിച്ചുകൊണ്ടിരുന്നത്. അവിടെയെല്ലാം വെച്ച് താൻ ദൈവത്തോട് പ്രാർത്ഥിക്കുമായിരുന്നു തനിക്ക് തന്റെ കുടുംബവുമൊത്ത് ജന്മനാട്ടിൽ ജോലിചെയ്യുവാൻ സാധിക്കണമെന്ന്.

ആ പ്രാർത്ഥന ഇവനിലൂടെ ദൈവം ശരിപ്പെടുത്തി തരികയായിരുന്നു.

ഇത്രയും കാലം കൊണ്ട് നടക്കാതിരുന്നതാണ് ഇവന്റെ നിയമപോരാട്ടത്തിലൂടെ തനിക്ക് ലഭിച്ചത്."

ഇത്രയും പറഞ്ഞ് സി ഐ എ എഴുന്നേറ്റ് അജിത്തിന്റെ തോളിൽ തട്ടി ഓൾ ദി ബെസ്റ്റ് പറഞ്ഞ് അവനെ യാത്രയാക്കി.

അവൻ സി ഐ യ്ക്കും എസ് ഐ ക്കും ഹസ്തദാനം നൽകി ആ ക്യാബിൻ വിട്ട് പുറത്തേക്കിറങ്ങി.

സ്റ്റേഷനിൽ നിന്നും പുറത്തേക്കിറങ്ങിയ അജിത്ത് എതിരെ കാണുന്ന ബേക്കറിയിൽ നിന്നും ചായയും സിഗരറ്റും വാങ്ങി ഗൂഗിൾ പേ ചെയ്ത് ബുള്ളറ്റിന്റെ മുകളിൽ കയറി ഇരുന്ന് സ്റ്റേഷനിലേക്ക് നോക്കി ചായ കുടിച്ചും സിഗരറ്റ് വലിച്ചും കൊണ്ടിരിക്കുകയാണ്.

തൽസമയം വെങ്കിട്ട് സ്വാമി മൂന്ന് പേരെയും കൂട്ടി സ്റ്റേഷന്റെ പുറത്തേക്കിറങ്ങി എന്തോ സംസാരിക്കുകയാണ്.

ഈ സമയം വെങ്കിട്ട് സ്വാമി ചായ കുടിച്ച് ബുള്ളറ്റിലിരിക്കുന്ന അജിത്തിനെ കാണുവാൻ ഇടയായി.

വെങ്കിട്ട് സ്വാമി ഉടനെ ആ മൂന്ന് പേരെയും പറഞ്ഞയച്ചിട്ട് റോഡ് മുറിച്ചു കടന്ന് അജിത്തിന്റെ സമീപം വന്ന് നിന്നു.

അജിത്ത് വണ്ടിയിൽ നിന്നിറങ്ങി സിഗരറ്റ് താഴെയിട്ട് കെടുത്തി അയാളുമായി അല്പം വിശേഷങ്ങൾ പങ്കുവെച്ചു.

ഇതിനിടയിൽ അജിത്ത് അയാളോട് വീണ്ടും ചോദിച്ചു "എന്തിനാണ് സാർ രാജശേഖര പിള്ള പണം തന്ന് ഈ കേസ് ഒത്തുതീർപ്പാക്കിയത്?"

ഒരു ദീർഘനിശ്വാസത്തോടെ അവന്റെ തോളിൽ തട്ടി പറഞ്ഞു.

"അജിത്ത് പോകാതിരുന്നത് ഏതായാലും നന്നായി. എസ് ഐ സാർ സി ഐ യുടെ മുറിയിൽ നിന്നും ഇറങ്ങിപ്പോകുമ്പോഴാണ് അജിത്തിനെ അദ്ദേഹം കാണുവാൻ ഇടയായത്."

"ഈ സമയം വേഗം അയാളെ വിളിച്ച് സി ഐ യുടെ ക്യാബിനിൽ വെച്ച് ചർച്ച ചെയ്ത കാര്യങ്ങൾ പറയുവാൻ എസ് ഐ തന്നെ പറഞ്ഞയച്ചതാണ്."

എസ് ഐ അജിത്തിനോട് പറയുവാൻ പറഞ്ഞ കാര്യങ്ങൾ പറയുകയും ഒപ്പം രാജശേഖര പിള്ളയെക്കുറിച്ചും പറഞ്ഞു."

"ഇരുപത് വർഷങ്ങൾക്ക് മുമ്പ് ബണ്ടാര ബൊമ്മനഹള്ളിയിൽ ചായക്കച്ചവടത്തിന് വന്ന ആളാണെന്നും കുറച്ച് കാലം കഴിഞ്ഞപ്പോൾ സ്ഥലക്കച്ചവടവും ഗുണ്ടായിസവും ഒക്കെയായി വളർന്ന് അയാൾ വലിയ ഒരു നിലയിലെത്തി.

പണത്തിനും പ്രശസ്തിക്കും ഭൂമിക്കും വേണ്ടി അയാൾ എന്ത് നീച പ്രവർത്തിയും ചെയ്യും. അയാൾ ഒരു ഇരുതല മൂരിയാണ് . സൂക്ഷിക്കണം.

പിന്നെ, രാജശേഖര പിള്ള അതിൽ ഇടപെടാൻ കാരണം,

അജിത്തും സ്റ്റേഷനും തമ്മിലുള്ള പ്രശ്നം തുടങ്ങുന്നതിനു മുമ്പ് തന്നെ രാജശേഖരപിള്ള ഇതിൽ ഇടപെട്ടുകഴിഞ്ഞിരുന്നു. അന്ന്, അത്തിബെല്ലെ ആർ ടി ഓ ആണ് ഏഴ് കോടി വിലമതിക്കുന്ന തടികൾ പിടിച്ചത്. അത് പിടിച്ചു കഴിഞ്ഞപ്പോഴാണ് ആർ ടി ഓ അറിയുന്നത് ഇത് ജെ ഡി ജെ ഗ്രൂപ്പിന്റെ പേരിൽ വന്ന തടിയാണെന്നും അത് വിട്ടുകൊടുക്കണമെങ്കിൽ ഇരുപത്തിയഞ്ച് ലക്ഷം കൈക്കൂലി കൊടുക്കണമെന്നും പറഞ്ഞത്.

ഈ ആർ ടി ഓ ഇൻസ്പെക്ടറും സി ഐ അളഹപ്പ നായിക്കും എക്സ് മിലിട്ടറിക്കാരാണ്. അപ്പോഴുണ്ടായ അടുപ്പമാണ് ഇവർക്കുമുള്ളത്.

ജി എസ് ടി, ആർ ടി ഓ, എക്സൈസ് ഡിപ്പാർട്മെന്റിലെ ഒട്ടുമിക്ക ഉദ്യോഗസ്ഥർക്കും ഈ സംഭവം ഒഴിവായിപ്പോയ വിവരം അറിയുകയയില്ല.

ആ ആർ ടി ഓ ഇൻസ്പെക്ടർക്ക് റിട്ടയർമെന്റ് ആകാൻ നാല് മാസമേ ബാക്കി ഉണ്ടായിരുന്നുള്ളൂ. ഈ തക്കം നോക്കിയാണ് പൈസക്ക് വേണ്ടി അയാൾ ഏഴ് കോടി രൂപ മൂല്യം വരുന്ന ജെ ഡി ജെ കമ്പനിയുടെ തടി വണ്ടികൾ സീസ് ചെയ്യുവാൻ ശ്രമിച്ചത്.

"അത് കൊണ്ടാണ് ജെ ഡി ജെ ഗ്രൂപ്പ് അതിൽ ഇടപെടാനും പൈസ തന്ന് പരിഹരിക്കുവാനുള്ള ഒരു കാരണം."

അജിത്ത് വേഗം ചായ കപ്പ് ചവറ്റു കൊട്ടയിലിട്ട് വെങ്കിട്ട് സ്വാമിക്ക് ഒരു അഞ്ഞൂറിന്റെ നോട്ടെടുത്ത് കൈയിൽ വെച്ച് കൊടുത്തിട്ട് അയാളോട് നന്ദി പറയും.

മാത്രവുമല്ല, ഇനി എന്തെങ്കിലും ആവശ്യമുണ്ടെങ്കിൽ അയാളെ വിളിക്കാമെന്നും പറയും. അയാളും തന്നെ എപ്പോൾ വേണമെങ്കിലും വിളിച്ചുകൊള്ളുവാൻ പറഞ്ഞ് അവിടെ നിന്നും കടന്നുപോയി.

തൽസമയം അജിത്ത് മീനാക്ഷിയെ വിളിച്ച് ഒരു കാര്യം സൂചിപ്പിക്കും. നമ്മൾ ഉദ്ദേശിക്കാത്ത കാര്യങ്ങളാണ് ഇവിടെ നടന്നതെന്നും, തനിക്ക് ഒന്ന് രണ്ടു പേരെ നേരിൽ കാണുവാൻ ഉണ്ടെന്നും എല്ലാം വീട്ടിൽ വന്നശേഷം വിശദീകരിച്ചു പറയാമെന്നും ഇരുട്ടുന്നതിനു മുമ്പ് തന്നെ ഫ്ലാറ്റിൽ എത്തിച്ചേരാമെന്നും പറഞ്ഞ് കോൾ കട്ട് ചെയ്ത് ബുള്ളറ്റെടുത്ത് മുന്നോട്ട് കുതിച്ചു.

അവിടെ നിന്നും ഉച്ചയ്ക്ക് പന്ത്രണ്ട് മണിയോടെ എ സി ബി ഓഫീസിലെ പാർക്കിങ് ഏരിയയിലെത്തിയ അവൻ റിസപ്ഷനിലെ ഉദ്യോഗസ്ഥന് അവൻ അവിടെ നിന്നും വന്ന കത്തും പരാതി കൊടുത്ത രസീതും കാട്ടി കാര്യങ്ങൾ വിശദീകരിച്ചു കൊടുക്കും.

ശേഷം എസ് പി യെ അവന് നേരിൽ കാണണമെന്ന് പറഞ്ഞ് പിടിവാശി കാണിക്കുകയും ചെയ്യും.

ഉദ്യോഗസ്ഥൻ അവർ അയച്ച കത്തും രസീതും അവന്റെ പക്കൽ നിന്നും വാങ്ങി മറ്റൊരു ഉദ്യോഗസ്ഥന് കൊടുത്തിട്ട് കാര്യം വിശദീകരിക്കും.

ശേഷം എസ് പി യെ വിവരം ധരിപ്പിച്ചിട്ട് ഉടനെ വരുവാനും പറയും.

നിമിഷ നേരത്തിനുള്ളിൽ ആ ഉദ്യോഗസ്ഥൻ തിരിച്ചു വന്നിട്ട് എസ് പി അദ്ദേഹം തിരക്കിലാണെന്നും ഉടനെ വിളിക്കാമെന്നും പറഞ്ഞ് അവനോട് അവിടെ ഇരിക്കുവാൻ പറഞ്ഞ് അപ്പുറത്തേക്ക് കടന്നുപോയി.

പത്തിരുപത് മിനിറ്റിനുശേഷം വേറൊരു ഉദ്യോഗസ്ഥൻ വന്ന് അജിത്തിനെ എസ് പി യുടെ ക്യാബിനിലേക്ക് കൂട്ടികൊണ്ടുപോകും.

ക്യാബിനിലേക്ക് കയറിച്ചെന്ന അവനോടു എസ് പി നീലാമണി എസ് രാജു ഇരിക്കുവാൻ നിർദ്ദേശിച്ചു.

അജിത്ത് ഈ കേസുമായുള്ള മുഴുവൻ കാര്യങ്ങളും അവരെ ധരിപ്പിക്കും. ശേഷം ലാപ്ടോപ്പിന്റെ സഹായത്താൽ രേഖകൾ കാണിച്ച് വിശദീകരിച്ചു കൊടുക്കുകയും ചെയ്യും.

ഒടുവിൽ പുതിയ സി ഐ ദേവദാസ് ഗൗഡയുമായുള്ള കൂടിക്കാഴ്ച വരെ പറഞ്ഞു ബോധ്യപ്പെടുത്തി കൊടുക്കും.

കാര്യങ്ങളുടെ നിജസ്ഥിതി പരിശോധിച്ച് ബോധ്യപ്പെട്ട അവർ മുന്നിലിരിക്കുന്ന ഉദ്യോഗസ്ഥനോട് മറ്റു ടീം അംഗങ്ങളെ ഉടനെ വിളിച്ചു കൊണ്ടുവരുവാൻ നിർദ്ദേശം കൊടുക്കും.

അയാൾ എഴുന്നേറ്റ് അവർക്ക് സല്യൂട്ട് നൽകി ആ ക്യാബിൻ വിട്ട് പുറത്തേക്കിറങ്ങിപ്പോയി.

ഈ സമയം എസ് പി അജിത്തിനോട് മറ്റു കാര്യങ്ങളുടെ വിശദാംശങ്ങൾ ചോദിച്ചു മനസ്സിലാക്കികൊണ്ടിരിക്കുകയാണ്.

അഞ്ച് മിനിറ്റിനകം ആ ഉദ്യോഗസ്ഥൻ അഞ്ച് അംഗ സംഘവുമൊത്ത് ആ ക്യാബിനിലേക്ക് കടന്ന് വന്ന് എസ് പി ക്ക് സല്യൂട്ട് കൊടുത്ത് നിൽക്കും.

എസ് പി നീലാമണി അജിത്തിന്റെ മുന്നിൽ വെച്ച് ആ അഞ്ച് ഉദ്യോഗസ്ഥർക്ക് കാര്യങ്ങൾ വിശദീകരിച്ചു കൊടുത്തിട്ട് വേണ്ട നിർദ്ദേശങ്ങൾ നൽകും.

ശേഷം അജിത്തിനോട് ആ ഉദ്യോഗസ്ഥരുടെ കൂടെ പോയിക്കൊള്ളാനും പറയും.

ഉദ്യോഗസ്ഥരെല്ലാം SP നീലാമണിക്ക് സല്യൂട്ട് നൽകി അജിത്തിനെയും കൊണ്ട് ക്യാബിൻ വിട്ട് പുറത്തേക്കിറങ്ങി.

ലാബ് ഏരിയയിലെ ഒരു മുറിയിൽ ചെന്ന അവർ ഫോറൻസിക്കിന്റെ സഹായത്തോടെ പണത്തിൽ രാസവസ്തു പുരട്ടി അടുക്കി വെക്കുകയാണ്.

അജിത്ത് ഈ രംഗങ്ങളെല്ലാം നേരിൽ കണ്ടുകൊണ്ട് നിശബ്ദനായി നിൽക്കും.

നീണ്ട ഒരു മണിക്കൂറിലെ നാടകീയതയ്ക്കൊടുവിൽ SP യുടെ കീഴിലുള്ള എസ് ഐ രജിത് കൃഷ്ണ അജിത്തിനോട് രാജശേഖര പിള്ളയെ വിളിച്ച്

സ്ഥലവും സമയവും ചോദിച്ചു മനസ്സിലാക്കി അയാളെ അറിയിക്കുവാൻ പറയും.

അജിത്ത് രാജശേഖര പിള്ളയെ വിളിച്ച് പണം റെഡി ആണെന്നും ഒന്ന് രണ്ട് മണിക്കൂറിനുള്ളിൽ അത് എവിടെ വെച്ച് കൈമാറണമെന്നും ചോദിക്കും.

തന്റെ മാനേജറിനോട് അജിത്ത് വരേണ്ട ലൊക്കേഷൻ ഉടനെ അയക്കാൻ പറയാമെന്ന് പറഞ്ഞ് രാജശേഖര പിള്ള കാൾ കട്ട് ചെയ്തു.

ഇവരുടെ ഫോൺ സംഭാഷണങ്ങൾ സ്പീക്കറിൽ എസ് പി യും മറ്റു ഉദ്യോഗസ്ഥരും കേൾക്കുന്നുണ്ടായിരുന്നു.

ഉദ്യോഗസ്ഥരുടെ ചർച്ചയ്ക്കിടയിൽ അഞ്ച് മിനുട്ടിനുള്ളിൽ അജിത്തിന്റെ ഫോണിൽ ലൊക്കേഷൻ വാട്സ് ആപ്പ് മെസ്സേജായി വന്നു.

എസ് ഐ രജിത് കൃഷ്ണ അയാളുടെ ഫോൺ നമ്പർ അജിത്തിന് നൽകി.

ലൊക്കേഷൻ അയച്ചു തരുവാൻ ആവശ്യപ്പെട്ടുകൊണ്ട് അവനോട് ലാബിനു പുറത്ത് കാത്തിരിക്കുവാൻ പറഞ്ഞു.

ഈ സമയം എസ് പി നീലാമണി ഫോറൻസിക് ഉദ്യോഗസ്ഥരുമായി തൊട്ടപ്പുറത്തുതന്നെ സംസാരിച്ചു കൊണ്ട് നില്പുണ്ട്. അവൻ അവരെയും നോക്കി പുറത്തേക്ക് കടന്നു.

പത്തു മിനിറ്റിനകം ക്യാബിനിൽ നിന്നും പുറത്തേക്കുവന്ന അഞ്ചംഗ സംഘം അജിത്തിനെയും കൂട്ടി റിസപ്ഷൻ ഏരിയയിലേക്ക് കടന്ന് വരികയാണ്.

കോറിഡോറിലൂടെ നടന്നുകൊണ്ടിരിക്കുമ്പോൾ അഞ്ചംഗ സംഘത്തിലെ ചില ഉദ്യോഗസ്ഥർ അജിത്തിന് നിർദ്ദേശങ്ങൾ നല്കുന്നുണ്ടായിരുന്നു.

റിസപ്ഷന്റെ പരിസരത്തെത്തിയ എസ് ഐ രജിത് കൃഷ്ണയോട് അജിത്തിനെ പറഞ്ഞുവിട്ടിട്ട് ഉടനെ തന്റെ ക്യാബിനിലേക്ക് വരുവാൻ എസ് പി നീലാമണി നിർദ്ദേശിക്കും.

എസ് ഐ ഉടനെ അജിത്തിനെ മാറ്റി നിർത്തി പണമടങ്ങുന്ന ഒരു സഞ്ചി അവന് നൽകി അവന്റെ വാട്സ് ആപ്പ് ലൈവ് ലൊക്കേഷൻ അയച്ചിടുവാൻ പറയും.

ശേഷം അവനോട് പേടിക്കാനൊന്നുമില്ലയെന്നും അവർ ഉടനെ എത്തിയേക്കാമെന്നും പറഞ്ഞ് അവനെ അവിടെ നിന്നും യാത്രയാക്കി.

എ സി ബി ഓഫീസിൽ നിന്നിറങ്ങിയ അവൻ ആനേക്കൽ എന്ന പ്രദേശത്തെ 10.5 ഏക്കർ വിസ്തീർണ്ണം ഉള്ള മതിൽകെട്ടിനകത്ത് ഒരു മൂലയിലായി താൽക്കാലികമായി പണിത ഇരുനില കെട്ടിടത്തിന് മുന്നിലായി അവന്റെ ബുള്ളറ്റ് വന്നുനിന്നു. ആ ഓഫീസ് കെട്ടിടത്തിനകത്ത് രാജശേഖരപിള്ളയും അയാളുടെ ജോലിക്കാരും അവരവരുടെ പണിത്തിരക്കിലാണ്. ഒപ്പം ബോഡിഗാർഡുകളുമുണ്ട്. ഈ സമയം അജിത്ത് അവിടെ എത്തിച്ചേർന്നു. അവൻ എസിബി ഓഫീസിൽ നിന്നും കൊടുത്തയച്ച പണമടങ്ങുന്ന സഞ്ചി രാജശേഖരപിള്ളയുടെ മേശയ്ക്ക് മേൽ വച്ചു.

രാജശേഖരപിള്ള അജിത്തിനോട് ഇരിക്കുവാൻ പറഞ്ഞശേഷം ബോഡിഗാർഡുകളോട് ആ പണം എണ്ണിത്തിട്ടപ്പെടുത്തുവാൻ പറയും. അജിത്തും രാജശേഖരപിള്ളയും അല്പം കുശലം പങ്കുവെച്ചു. അപ്പോഴേയ്ക്കും അനുയായികൾ ആ പണം എണ്ണിത്തിട്ടപ്പെടുത്തി കഴിഞ്ഞിരുന്നു. അല്പനേരത്തെ കുശലം പറച്ചിലിനൊടുവിൽ അയാൾ അജിത്തിനെ സന്തോഷപൂർവ്വം അവിടെ നിന്നും പറഞ്ഞയച്ചു. അവിടെ നിന്നിറങ്ങിയ അജിത്ത് അല്പം മാറിനിന്ന് ഒരു സിഗരറ്റ് എടുത്ത് സംതൃപ്തിയോടെ പുകയ്ക്കും. ഈ സമയം രാജശേഖരൻ പിള്ള ബിസിനസ് കാര്യങ്ങളൊക്കെ ക്രമീകരിച്ച് ബോഡിഗാർഡുകളും ഒത്ത് ആ കെട്ടിടത്തിൽ നിന്നും പുറത്തേയ്ക്ക് ഇറങ്ങുന്നു. അജിത്ത് സിഗരറ്റ് വലിയും കഴിഞ്ഞ് വണ്ടി സ്റ്റാർട്ട് ചെയ്ത് പണി നടന്നുകൊണ്ടിരിക്കുന്ന വേറൊരു ആഡംബര കെട്ടിടത്തിനെ വലം വെച്ച് മറ്റൊരു കെട്ടിട പരിസരവും താണ്ടി വാട്ടർ ഫൌണ്ടൻ റിസോർട്ടിന് സമീപം എത്തി. അപ്പോഴേക്കും രാജശേഖരപിള്ളയും അവിടെ എത്തിച്ചേർന്നു. അവൻ ആശ്ചര്യത്തോടെ അയാളെ ഒന്ന് നോക്കിക്കാണുകയാണ്.

രാജശേഖര പിള്ള വെള്ള പാന്റ്സും വെള്ള ഷർട്ടും വെള്ള ഷൂസും അണിഞ്ഞ് കൈയിലും വിരലിലും സ്വർണ്ണാഭരണങ്ങളിട്ട് ഗാംഭീര്യത്തോടെ മാനേജർ അടക്കം പത്ത് ബോഡിഗാർഡിന്റെ അകമ്പടിയുമായി പണിതുകൊണ്ടിരിക്കുന്ന കൊട്ടാരത്തിന്റെ സമീപം പത്തു നില ഉയരമുള്ള വാട്ടർ ഫൌണ്ടൻ ബിൽഡിങ്ങിന് മുന്നിൽ വന്ന് നിൽക്കും.

തൊട്ടപ്പുറത്ത് തന്നെ അജിത്ത് അവന്റെ ബുള്ളറ്റുമായി വന്ന് രാജശേഖരപിള്ളക്ക് ഹസ്തദാനം നൽകികൊണ്ട് മറ്റുള്ളവരോട് അഭിവാദ്യം പറഞ്ഞ്, ഫോണെടുത്ത് ലൈവ് ലൊക്കേഷൻ ഓഫ്

ചെയ്തു വണ്ടിയുമായി അതിന്റെ കവാടം കടന്ന് വലത്തോട്ട്
തിരിഞ്ഞു.

തൽസമയം ഇന്നോവ ക്രിസ്റ്റ യിൽ എ സി ബി എസ് പി യും സംഘവും
ആനേക്കൽ പോലീസ് ജീപ്പും ഫോറൻസിക് വിദഗ്ദരുടെ വാഹനവും
കവാടം കടന്ന് അജിത്തിന് അരികിലൂടെ അകത്തേക്ക് പ്രവേശിക്കും.

എസ് പി നീലാമണി എസ് രാജുവിനെ കണ്ടതും രാജശേഖര പിള്ളയും
കൂട്ടരും അവരെ ഉറ്റുനോക്കുകയാണ്.

ഇന്നോവ ക്രിസ്റ്റയും മാറ്റുവാഹനങ്ങളും അഞ്ചര ഏക്കറിലുള്ള
താൽക്കാലിക ഓഫീസ് കെട്ടിടത്തിന്റെ സമീപത്തേക്കാണ് പോകുന്നത്.

ഇത് കണ്ട രാജശേഖര പിള്ളയുടെ മുഖഭാവം മാറി, അയാൾ
എന്താണെന്നുള്ള ആശങ്കയിൽ നിന്നു.

അന്ന് രാത്രി ബംഗളൂരിലെ മഹാശിവരാത്രി ഉത്സവത്തോടനുബന്ധിച്ച്
ആഘോഷങ്ങൾ അങ്ങിങ്ങായി നടക്കുന്നു.

കണ്ണഞ്ചിപ്പിക്കുന്ന വിധത്തിൽ കരിമരുന്നുകളും പടക്കങ്ങളും പൊട്ടി
ആകാശത്ത് വർണ്ണങ്ങൾ തീർക്കുന്നു.

വിശാലമായ ബാൽക്കണിയിൽ ഇരുന്ന് ഇതെല്ലം ആസ്വദിക്കുകയാണ്
അജിത്തും മീനാക്ഷിയും.

അവർക്കരികിലായി ഹസ്കി ഇനത്തിൽപെട്ട ഒരു വയസ്സ് മാത്രം
പ്രായമുള്ള നായക്കുട്ടിയും ഒരു കൊച്ചു പേർഷ്യൻ കാറ്റും ഈ
രംഗങ്ങളെ നോക്കിക്കാണുന്നു.

അങ്ങിനെ അവർ സന്തോഷകരമായ ജീവിതം മുന്നോട്ട്
കൊണ്ടുപോകുന്നു.

എന്നിരുന്നാലും അവന്റെ   ഉള്ളിന്റെ ഉള്ളിൽ ഒരു ഭയം
രൂപപ്പെടുന്നുണ്ടായിരുന്നു.

അഞ്ച് മാസങ്ങൾക്ക് ശേഷം

2021 ഓഗസ്റ്റ് 12

അതിരാവിലെ അജിത്ത് റസ്സൽ മാർക്കറ്റിൽ നിന്ന് വേണ്ട മത്സ്യങ്ങൾ പർച്ചേസ് ചെയ്ത് രണ്ടു കൈയിലും മത്സ്യ കിറ്റുകൾ തൂക്കി പിടിച്ച് മാർക്കറ്റിൽ നിന്നും പുറത്തേക്ക് കടക്കുന്നു.

ബുള്ളറ്റിലെ ട്രേയിൽ കിറ്റുകൾ അടുക്കി വെച്ച് ബുള്ളറ്റിൽ കയറി ഇരുന്ന് കൂളിംഗ് ഗ്ലാസ് അണിഞ്ഞ് ടാങ്കിന് മുകളിലെ ബാഗിൽ നിന്നും ഗ്ലൗസെടുത്തിട്ട് വണ്ടി സ്റ്റാർട്ട് ചെയ്ത് മുന്നോട്ട് പോകുന്നു.

ഹൈവേ റോഡിലൂടെ മത്സ്യ ട്രേയുമായി അജിത്തിന്റെ ബുള്ളറ്റ് കടന്ന് പോകുന്നു.

വേറൊരു ഭാഗത്തുകൂടി അജിത്തിന്റെ ബുള്ളറ്റ് കടന്ന് പോകുന്നത് റോഡിന്റെ ഇടത് ഭാഗത്ത് പാർക്ക് ചെയ്തു കിടക്കുന്ന ഒരു ടാറ്റ സുമോയുടെ മിററിലൂടെ കാണുന്ന സംഘങ്ങൾ.

ബുള്ളറ്റ് കടന്നു പോകുമ്പോഴേക്കും പാർക്ക് ചെയ്തുകിടക്കുന്ന ടാറ്റ സുമോ സ്റ്റാർട്ട് ആയി. അത് പതിയെ അജിത്തിന്റെ ബുള്ളറ്റിനെ പിൻ തുടരുവാൻ തുടങ്ങി.

പെട്ടെന്ന് തന്നെ ടാറ്റ സുമോ വേഗത കൂട്ടി അവന്റെ ബുള്ളറ്റിനെ മാറി കടന്ന് വട്ടം വെക്കാൻ ശ്രമിക്കുന്നു.

അജിത്ത് അതിൽ നിന്നും ഒഴിഞ്ഞുമാറി അല്പസമയത്തിനകം ഒരു വിശാലമായ റീട്ടെയിൽ മീറ്റ് ഷോപ്പിന് മുന്നിൽ മത്സ്യ ട്രേയുമായി ബുള്ളറ്റിൽ വന്ന് നിന്നു. അവൻ അതിൽനിന്നുമിറങ്ങി പടികൾ ചവുട്ടി ഷോപ്പിലേക്ക് കയറി.

ഈ സമയം ഷോപ്പിലെ രണ്ടു പണിക്കാർ ട്രേയിൽ നിന്നും മത്സ്യ കിറ്റുകൾ എടുത്ത് ഷോപ്പിലേക്ക് കയറിപ്പോകും.

ഷോപ്പിലേക്ക് കയറിയ അജിത്ത് അവിടം മൊത്തത്തിൽ ഒന്ന് നിരീക്ഷിച്ചുകൊണ്ട് ക്യാഷ് ടേബിളിലെ കസേരയിൽ ഹെൽമറ്റും ജാക്കറ്റും ഗ്ലാസും കൂളിംഗ് ഗ്ലാസും മാസ്കും വെച്ച ശേഷം ഒരു ഭാഗത്ത് കാണുന്ന വാഷ് ബേസിനു സമീപം ചെന്ന് പൈപ്പ് തുറന്ന് രണ്ട് കൈവെള്ളയിൽ വെള്ളമെടുത്ത് പതിയെ മുഖത്തടിക്കും. ഈ സമയം അവനെതിരെ റോഡിലുണ്ടായ സംഭവം ഓർമ്മയിൽ വരികയാണ്.

ടാറ്റ സുമോ ബുള്ളറ്റിനു വട്ടം ചവുട്ടി നിർത്തി അതിൽ നിന്നും ഷൗക്കത്തും മറ്റു രണ്ടുപേരും ഡോർ തുറന്ന് ഇറങ്ങുവാൻ ശ്രമിക്കുന്നു.

ടാറ്റ സുമോയിൽ നിന്നിറങ്ങിയ മൂന്ന് പേരിൽ ഒരുവൻ അജിത്തിന് സമീപം വന്ന് ബുള്ളറ്റിന്റെ താക്കോൽ ഊരിയെടുക്കുവാൻ ശ്രമിക്കുമ്പോൾ, അജിത്ത് ബുള്ളറ്റിൽ ഇരുന്നുകൊണ്ടുതന്നെ അവനെ ചവുട്ടി താഴെയിട്ടുകൊണ്ട് അറയിൽ നിന്ന് തോക്കെടുത്ത് വീണു കിടക്കുന്നവന്റെ കാലിൽ വെടിച്ച ശേഷം ഷൗക്കത്തിന് നേരേ തോക്ക് ചൂണ്ടിക്കൊണ്ട് ബുള്ളറ്റിൽ നിന്നും ഇറങ്ങും.

ഈ രംഗം കണ്ട് തരിച്ചുനിന്ന ഷൗക്കത്തിന് നേരെ തോക്ക് ചൂണ്ടി നിലത്ത് കിടക്കുന്നവനെ വലിച്ചിഴച്ച് അവർക്ക് മുന്നിൽ കൊണ്ടിട്ടു.

അവരുടെ അഭ്യാസങ്ങൾ ആ വഴി പോകുന്ന ഓട്ടോക്കാരനും ബൈക്ക് യാത്രികരും ബസ്സിലെ യാത്രക്കാരും ശ്രദ്ധിക്കുന്നുണ്ടായിരുന്നു.

ഷൗക്കത്തിന് മുഖാമുഖം എത്തി നിന്ന അജിത്ത് ഇടത്തെ കൈയിലിരിക്കുന്ന തോക്ക് അവന് നേരെ ചൂണ്ടി കൊണ്ട് പറയും

"നാനു ചാല ഡേയ്ഞ്ചറസു"

ഇത്രയും പറഞ്ഞ് അജിത്ത് താഴെ കിടക്കുന്നവന്റെ തുടയിൽ കാല് മടക്കി ചവുട്ടി അടിച്ചിട്ട് "ഇവനേയും കൊണ്ട് പടിയായിക്കോ" എന്ന് അവരോട് പറയും.

അജിത്ത് അവർക്ക് നേരെ തോക്ക് ചൂണ്ടി പിന്നാക്കം നടന്ന് സ്റ്റാർട്ടായികിടക്കുന്ന ബുള്ളറ്റിൽ കയറി തോക്ക് ടാങ്കിനു മുകളിൽ വെച്ച് വണ്ടി മുന്നോട്ടെടുത്ത് സുമോയിൽ നിന്നും അമ്പത് മീറ്റർ അകലെ ബുള്ളറ്റ് നിർത്തിക്കൊണ്ട് തോക്ക് എടുത്ത് സുമോയ്ക്ക് മുന്നിൽ എത്തിനിന്ന, അവരെ ഉന്നം വെച്ച് രണ്ട് ടയറിലും വെടിവെച്ച ശേഷം തോക്ക് മത്സ്യ ട്രേയിലിട്ട് വണ്ടി മുന്നോട്ടെടുത്ത് പാഞ്ഞുപോകും.

ഇതെല്ലാം ആലോചിച്ച് ഒന്ന് രണ്ട് വട്ടം മുഖം കഴുകിയ ശേഷം വെള്ളം ഒഴുകുന്ന പൈപ്പ് അജിത്ത് പൂട്ടിയ ശേഷം ടർക്കിയിൽ മുഖം തുടച്ചുകൊണ്ട് കസേരയിൽ വന്നിരുന്ന് ടി വി ഓൺ ചെയ്തു.

തൽസമയം ചാനൽ ഫ്ളവേഴ്സിന്റെ 24 ന്യൂസ് അതിൽ കോഫി വിത്ത് ശ്രീകണ്ഠൻ നായർ എന്ന പരിപാടിയിൽ വിശേഷങ്ങൾ പറയുകയാണ്.

സ്വാതന്ത്ര്യ ദിനം പ്രമാണിച്ച് ഇന്ത്യയിലെ മൂന്ന് തടവുകാരെ " റെമിഷൻ ഓഫ് സെന്റൻസ് " എന്ന പട്ടികയിൽ ഉൾപ്പെടുത്തി പരിഗണിച്ചിട്ടുണ്ട്. അതിൽ നമുക്ക് സന്തോഷിക്കാൻ ഉള്ളത് മലയാളി വ്യവസായിയും രാഷ്ട്രീയ പ്രവർത്തകനുമായ ഡോക്ടർ പി രാജശേഖരപിള്ള ആണെന്നുള്ളതാണ്.

കർണ്ണാടക മുഖ്യമന്ത്രി സമർപ്പിച്ച റിപ്പോർട്ടിന്റെ അടിസ്ഥാനത്തിലാണ് ഹൈക്കോടതി പരിഗണിച്ചിരിക്കുന്നത്.

ഇത് കേട്ട അജിത്തിന്റെ മുഖഭാവം മാറി!.

അവന് പേടിയായി!...

അവൻ റിമോട്ട് എടുത്ത് ടി വി ഓഫ് ചെയ്യും.

രാജശേഖര പിള്ള തടങ്കലിൽ നിന്നും പുറത്തിറങ്ങി കഴിഞ്ഞാൽ അജിത്തിനെ വേരോടെ നശിപ്പിക്കുവാൻ അവർക്ക് കഴിയും.

എന്തും നേരിടുവാനുള്ള ശക്തിയാർജ്ജിച്ച് അജിത്തും ക്ഷമയോടെ എതിരാളികളെ കാത്തിരിക്കുകയാണ്.

- ശുഭം -

www.ingramcontent.com/pod-product-compliance
Lightning Source LLC
Chambersburg PA
CBHW061337140726

47997CB00003B/1007